Impressum
Verlag: BABADADA GmbH, Nedderfeld 112 , 22529 Hamburg
Geschäftsführer / Verlagsleitung: Harald Hof
Druck: Books on Demand GmbH, In de Tarpen 42, 22848 Norderstedt

Imprint
Publisher: BABADADA GmbH, Nedderfeld 112 , 22529 Hamburg, Germany
Managing Director / Publishing direction: Harald Hof
Print: Books on Demand GmbH, In de Tarpen 42, 22848 Norderstedt

escola

shule

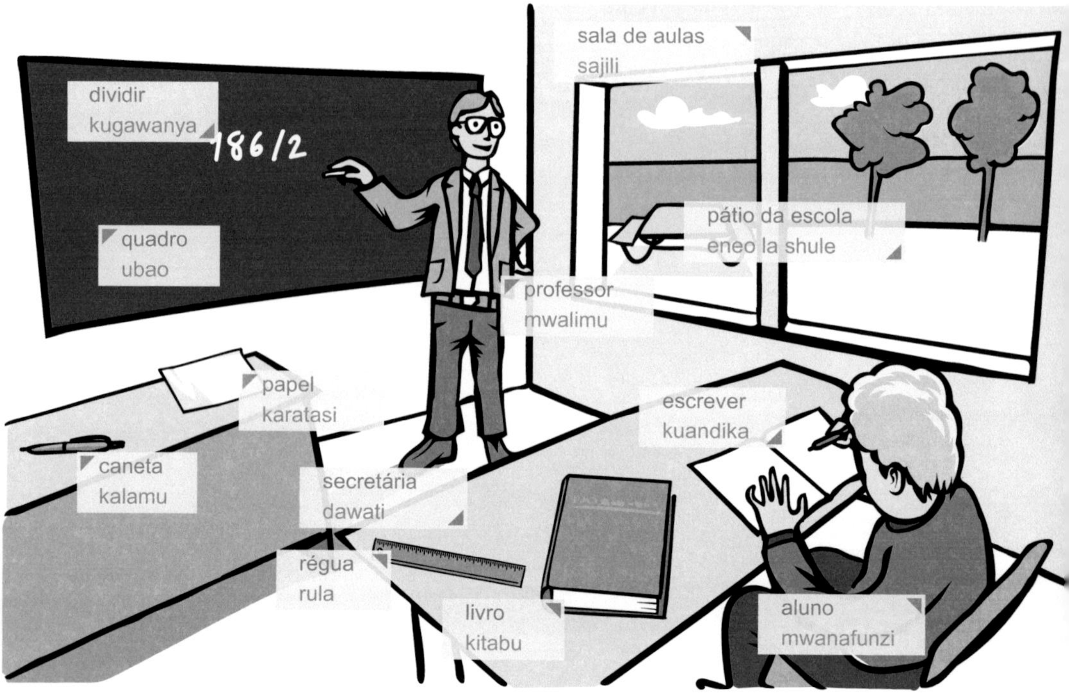

sala de aulas
sajili
dividir
kugawanya
186/2
quadro
ubao
pátio da escola
eneo la shule
professor
mwalimu
papel
karatasi
escrever
kuandika
caneta
kalamu
secretária
dawati
régua
rula
livro
kitabu
aluno
mwanafunzi

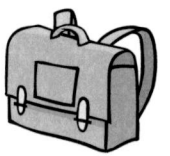

mochila

mkoba

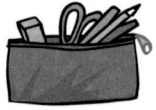

estojo de lápis

kikasha cha penseli

lápis

penseli

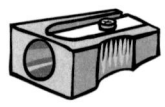

afia-lápis

kichonga penseli

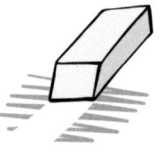

borracha

mpira

bloco de desenho

pedi ya kuchora

desenho

uchoraji

pincel

brashi ya rangi

caixa de tintas

sanduku la rangi

tesoura

mkasi

cola

gundi

livro de exercícios

daftari

trabalhos de casa

kazi ya nyumbani

número

nambari

somar

jumlisha

subtrair

ondoa

multiplicar

zidisha

calcular

kokotoa

letra

barua

alfabeto

alfabeti

palavra

neno

texto

maandishi

ler

kusoma

giz

chaki

hora

somo

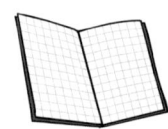

registo de presenças

sajili

exame

uchunguzi

certificado

cheti

uniforme escolar

sare za shule

educação

elimu

enciclopédia

elezo

universidade

chuo kikuu

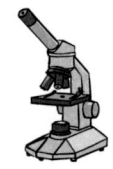

microscópio

darubini

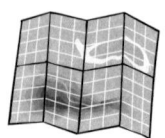

mapa

ramani

cesto de lixo

kikapu cha kuweka karatasi
chafu

hotel
hoteli

Grand

hostel
hosteli

ROOMS

EXCHANGE

casa de câmbio
ofisi ya ubadilishanaji

mala
sanduku

carro
gari

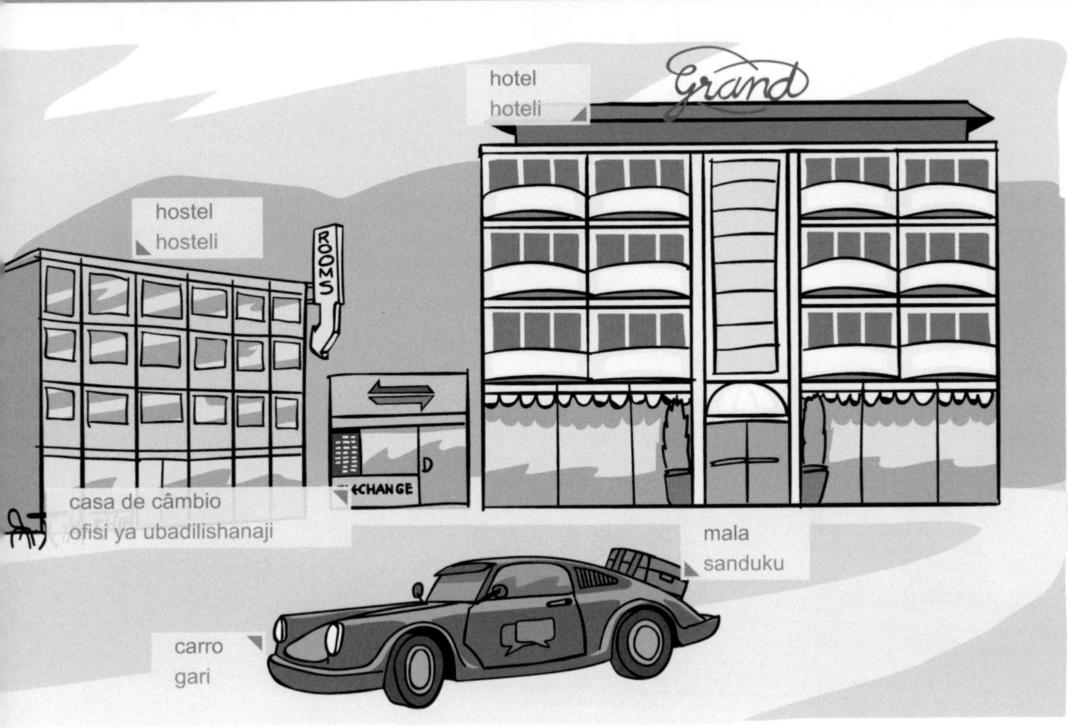

idioma
lugha

sim / não
ndiyo / la

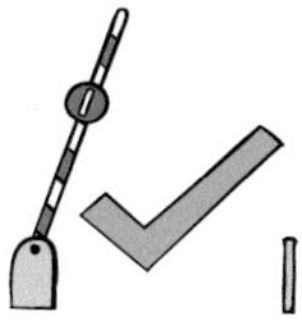

ok / certo / correto
sawa

olá
hujambo

intérprete
mtafsiri

obrigado
Asante

quanto é que custa... ?

kiasi gani ni ...?

não entendo

Sielewi

problema

tatizo

boa noite!

Jioni njema!

Bom dia!

Habari za asubuhi!

Boa noite!

Usiku mwema!

adeus

kwa heri

direção

mwelekeo

bagagem

mizigo

saco

mfuko

mochila

shanta

convidado

mgeni

quarto

chumba

saco-cama

begi la kulalia

tenda

hema

informação turística

taarifa ya utalii

praia

ufuo

cartão de crédito

kadi

pequeno-almoço

kifunguakinywa

almoço

chakula cha mchana

jantar

chakula cha jioni

bilhete

tiketi

elevador

kuinua

selo postal

muhuri

fronteira

mpaka

alfândega

mila

embaixada

ubalozi

visto

visa

passaporte

pasipoti

transporte

usafiri

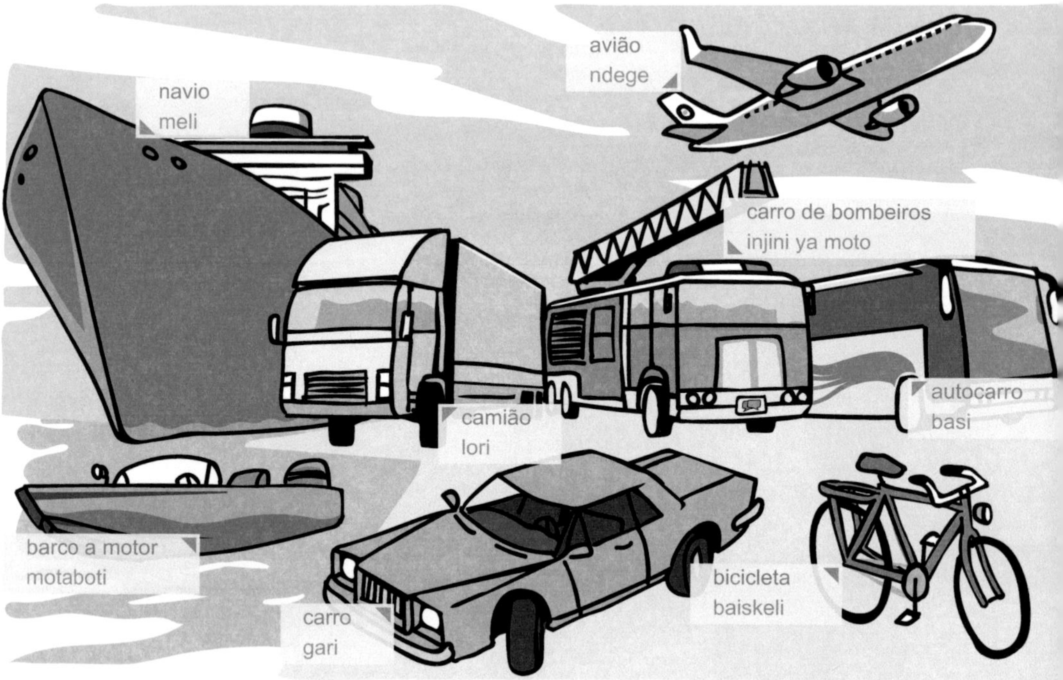
avião
ndege
navio
meli
carro de bombeiros
injini ya moto
camião
lori
autocarro
basi
barco a motor
motaboti
bicicleta
baiskeli
carro
gari

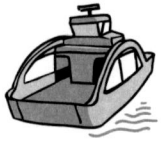

cacilheiro

feri

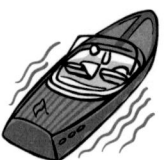

barco

mashua

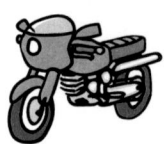

mota

pikipiki

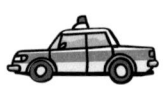

carro de polícia

gari la polisi

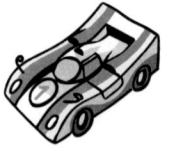

carro de corrida

gari la mashindano

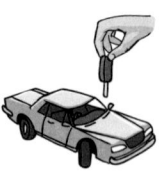

carro alugado

gari la kukodisha

carsharing

kushiriki gari

camião de reboque

lori la kuvuta

camião do lixo

ukusanyaji taka

motor

motor

combustível

mafuta

estação de serviço

kituo cha mafuta

sinal de trânsito

ishara trafiki

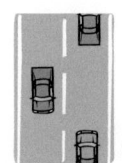

trânsito

trafiki

congestionamento de trânsito

msongamano

parque de estacionamento

maegesho

estação ferroviária

kituo cha treni

carris

reli

comboio

garimoshi

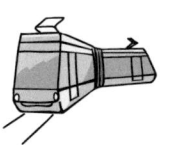

elétrico

tremu

carruagem

gari la mizigo

helicóptero

helikopta

aeroporto

uwanja wa ndege

torre

mnara

passageiro

abiria

contentor

chombo

caixa de papelão

katoni

carrinho

mkokoteni

cesto

kikapu

levantar voo / aterrar

ondoka

cidade

jiji

aldeia

kijiji

centro da cidade

katikati ya jiji

casa

nyumba

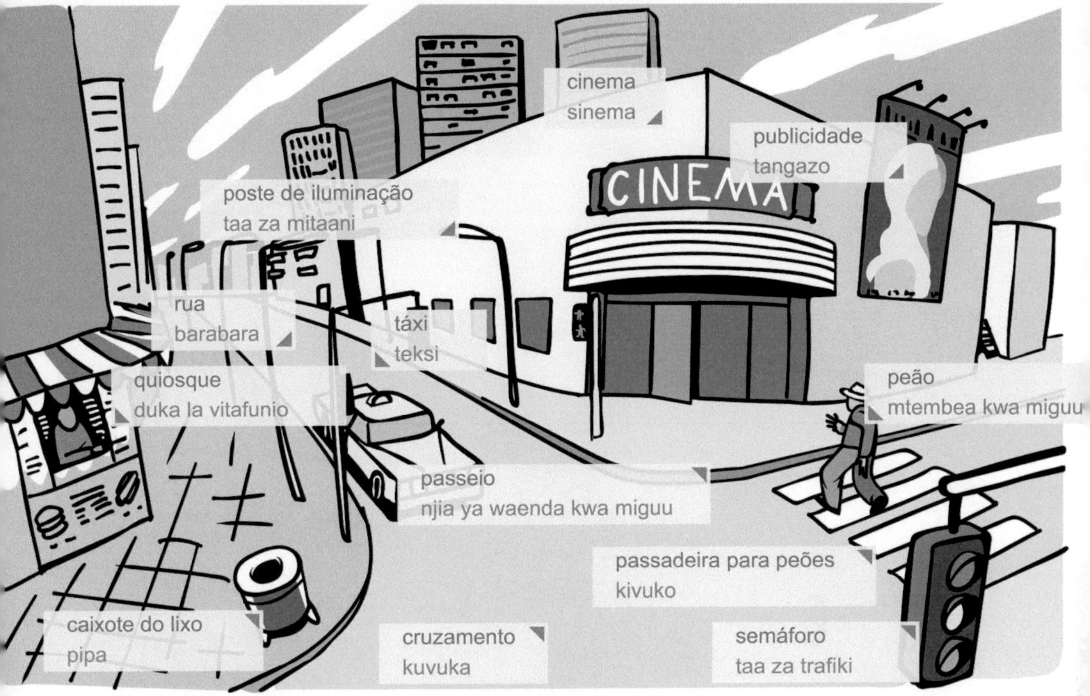

cinema
sinema
publicidade
tangazo
CINEMA
poste de iluminação
taa za mitaani
rua
barabara
táxi
teksi
quiosque
duka la vitafunio
peão
mtembea kwa miguu
passeio
njia ya waenda kwa miguu
passadeira para peões
kivuko
caixote do lixo
pipa
cruzamento
kuvuka
semáforo
taa za trafiki

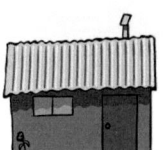

cabana

kibanda

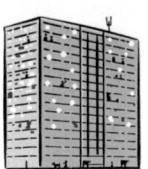

apartamento

gorofa

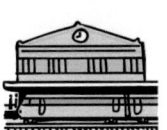

estação ferroviária

kituo cha treni

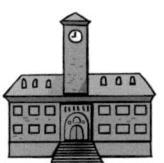

câmara municipal

ukumbi wa mji

MUSEUM

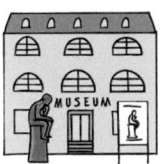

museu

Makavazi

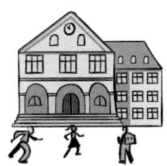

escola

shule

universidade

chuo kikuu

banco

benki

hospital

hospitali

hotel

hoteli

farmácia

duka la dawa

escritório

ofisi

livraria

duka la kitabu

loja

duka

florista

duka la maua

supermercado

dukakuu

mercado

soko

loja de departamentos

idara ya kuhifadhi

peixaria

mwuza samaki

centro comercial

kituo cha ununuzi

porto

bandari

parque

Hifadhi

banco

benki

ponte

daraja

escadas

vidato

metro

chini ya ardhi

túnel

handaki

paragem de autocarro

kituo cha mabasi

bar

bar

restaurante

mgahawa

caixa de correio

sanduku la posta

sinal de trânsito

ishara ya barabara

parquímetro

mita ya maegesho

jardim zoológico

bustani ya wanyama

piscina

kidimbwi cha kuogelea

mesquita

msikiti

quinta
shamba

poluição
uchafuzi

cemitério
makaburini

igreja
kanisa

parque infantil
uwanja wa michezo

templo
hekalu

paisagem
mazingira

folha
jani

placa de sinalização
ishara ya mwelekeo

caminho
njia

prado
malisho

pedra
jiwe

caminhantes
mtembeaji wa masafa

árvore
mti

rio
mto

relva
nyasi

flor
ua

vale
bonde

montanha
kilima

lago
ziwa

floresta
msitu

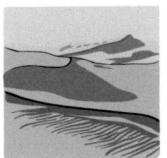

deserto
jangwa

vulcão
volkano

castelo
ngome

arco-íris
upinde wa mvua

cogumelo
uyoga

palma
mtende

mosquito
mbu

mosca
kuruka

formiga
chungu

abelha
nyuki

aranha
buibui

besouro

mende

sapo

chura

esquilo

kuchakuro

ouriço

nungunungu

lebre

sungura

coruja

bundi

pássaro

ndege

cisne

swan

javali

nguruwe mwitu

veado

kulungu

alce

aina ya kongoni

barragem

bwawa

turbina eólica

tabo ya upepo

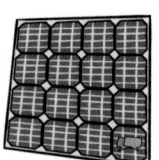

painel solar

nishaji ya jua

clima

hali ya hewa

restaurante
mgahawa

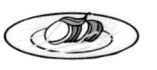

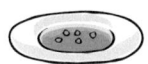

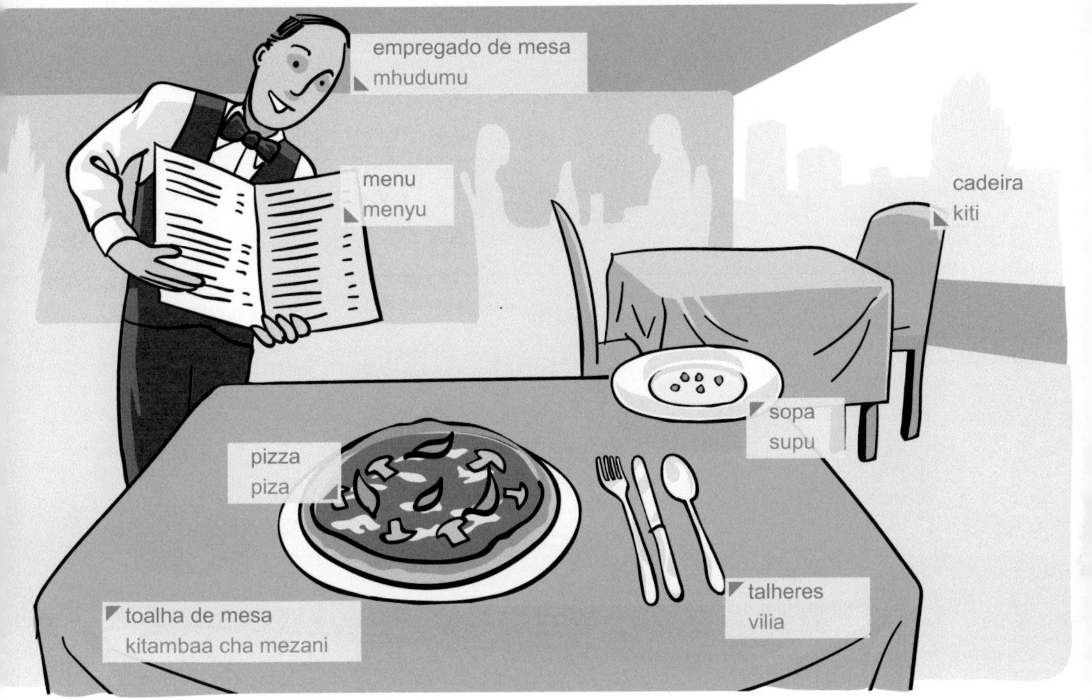

empregado de mesa
mhudumu
menu
menyu
cadeira
kiti
sopa
supu
pizza
piza
talheres
vilia
toalha de mesa
kitambaa cha mezani

entrada

kiamsha hamu

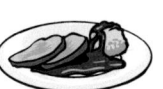

prato principal

kozi kuu

sobremesa

kitindamlo

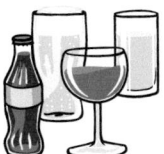

bebidas

vinywaji

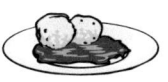

comida

chakula

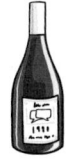

garrafa

chupa

fast food

chakula cha haraka

comida de rua

Streetfood

bule de chá

buli

açucareiro

kisanduku cha sukari

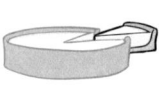

porção

sehemu

máquina de café expresso

mashine ya espresso

cadeira alta

kiti kirefu

conta

muswada

bandeja

trei

faca

kisu

garfo

uma

colher

kijiko

colher de chá

kijiko cha chai

guardanapo

nepi

copo

glasi

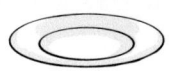

prato

sahani

prato de sopa

sahani ya supu

pires

sufuria

molho

mchuzi

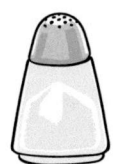

saleiro

kichanyaji chumvi

moinho de pimenta

kinu cha pilipili

vinagre

siki

óleo

mafuta

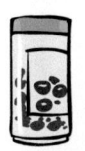

especiarias

viungo

ketchup

kechapu

mostarda

haradali

maionese

kachumbari nzito

supermercado
dukakuu

oferta especial
ofa maalum
cliente
mteja
laticínios
maziwa
FOR
fruta
matunda
carrinho de compras
toroli

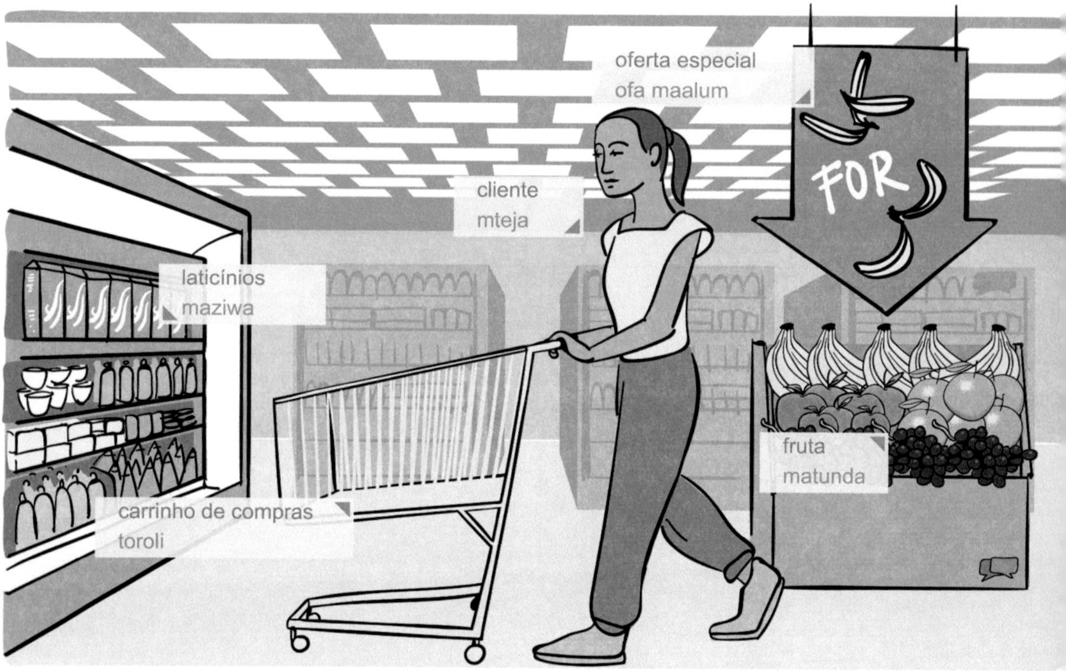

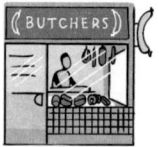

BUTCHERS

talho

mchinjaji

BAKERY

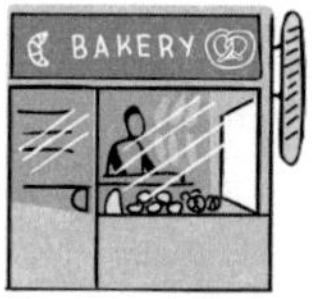

padaria

mwokaji

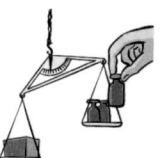

pesar

uzito

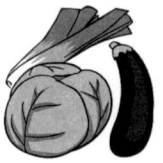

vegetais

mboga

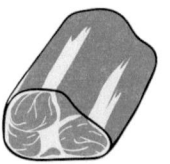

carne

nyama

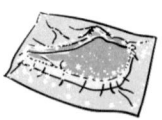

alimentos congelados

chakula waliohifadhiwa

charcutaria

vipande vya nyama baridi

comida enlatada

chakula cha kopo

detergente em pó

sabuni ya unga

doces

pipi

artigos domésticos

bidhaa za kaya

produtos de limpeza

bidhaa za kusafisha

vendedora

mtu mauzo

caixa

mpaka

caixa

keshia

lista de compras

orodha ya manunuzi

horário de funcionamento

masaa ya ufunguzi

carteira

mkoba

cartão de crédito

kadi

saco

mfuko

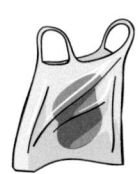

saco de plástico

mfuko wa plastiki

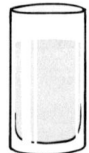

água
maji

sumo
sharubati

leite
maziwa

coca-cola
coke

vinho
mvinyo

cerveja
bia

álcool
pombe

cacau
kakao

chá
chai

café
kahawa

café expresso
spreso

capuccino
kapuchino

banana

ndizi

maçã

tufaha

laranja

machungwa

melão

tikiti

limão

lemon

cenoura

karoti

alho

kitunguu saumu

bambu

mianzi

cebola

kitunguu

cogumelo

uyoga

nozes

karanga

talharim

nudo

esparguete

spageti

arroz

mpunga

salada

saladi

batatas fritas

vibanzi

batatas fritas

viazi vya kukaanga

pizza

piza

hambúrguer

hambaga

sanduíche

sandwichi

bife panado

kipande

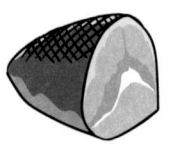

fiambre

paja la mnyama

salame

salami

salsicha

soseji

galinha

kuku

assado

choma

peixe

samaki

flocos de aveia

oats ya uji

muesli

muesli

flocos de milho

cornflakes

farinha

unga

croissant

kroisanti

carcaça (pãozinho)

andazi

pão

mkate

torrada

mkate wa kubanika

biscoitos

biskuti

manteiga

siagi

requeijão

maziwa mgando

bolo

keki

ovo

yai

ovo estrelado

yai kukaanga

queijo

jibini

gelado

aiskrimu

açúcar

sukari

mel

asali

compota

jemu

creme de nougat

kuenea kwa chokoleti

caril

mchuzi wa viungo

quinta
shamba

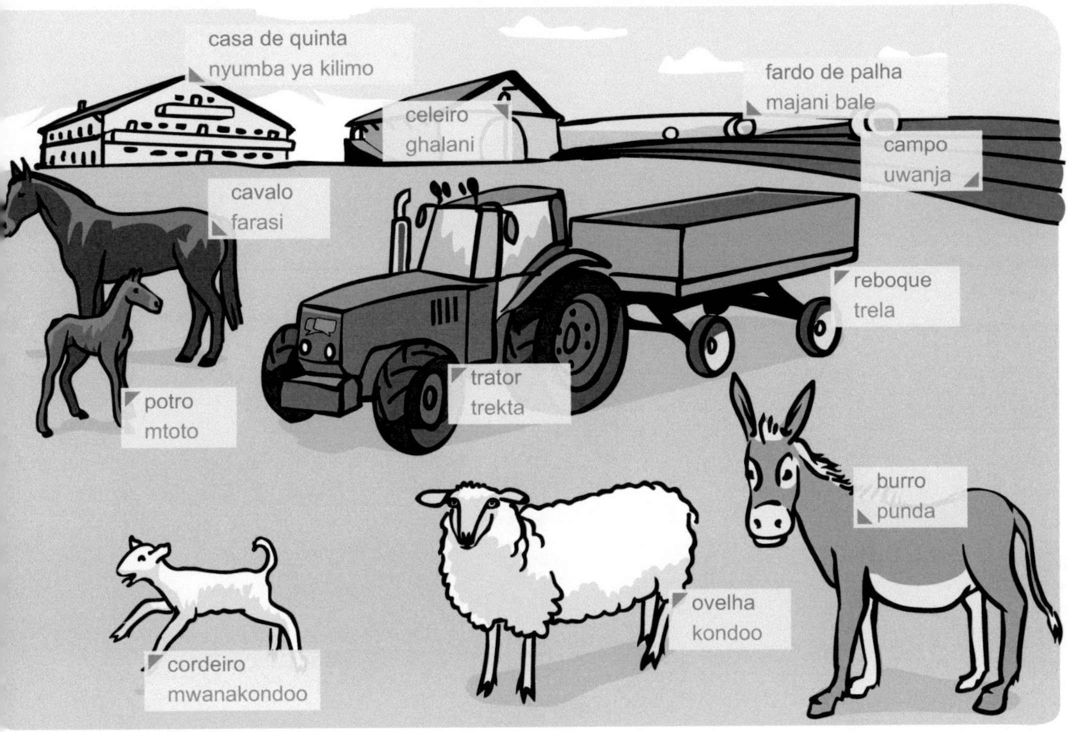
casa de quinta
nyumba ya kilimo
celeiro
ghalani
fardo de palha
majani bale
campo
uwanja
cavalo
farasi
reboque
trela
trator
trekta
potro
mtoto
burro
punda
ovelha
kondoo
cordeiro
mwanakondoo

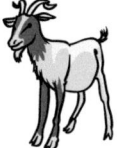

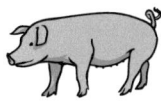

cabra

mbuzi

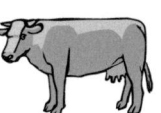

vaca

ng'ombe

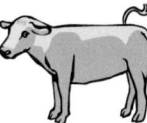

bezerro

ndama

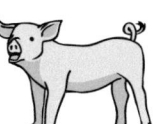

porco

nguruwe

leitão

mwananguruwe

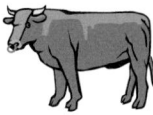

touro

fahali

ganso

batabukini

pato

bata

pintaínho

kifaranga

galinha

kuku

galo

jogoo

ratazana

panya

gato

paka

rato

panya

boi

ng'ombe

cão

mbwa

casota

nyumba ya mbwa

mangueira de jardim

bomba la bustani

regador

debe la kumwagilia maji

foice

fyekeo

arado

kulima

foice

mundu

enxada

jembe

forquilha

uma wa nyasi

machado

shoka

carrinho de mão

toroli

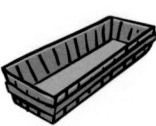

manjedoura

kupitia nyimbo

jarro de leite

chombo cha maziwa

saco

gunia

cerca

ua

estábulo

imara

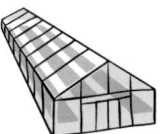

estufa

chafu

solo

udongo

semente

mbegu

fertilizante

mbolea

ceifeira-debulhadora

kivunaji

colher

mavuno

colheita

mavuno

inhame

viazi vikuu

trigo

ngano

soja

soya

batata

viazi

milho

mahindi

colza

rapa

árvore de fruto

mti wa matunda

mandioca

muhogo

cereais

nafaka

casa

nyumba

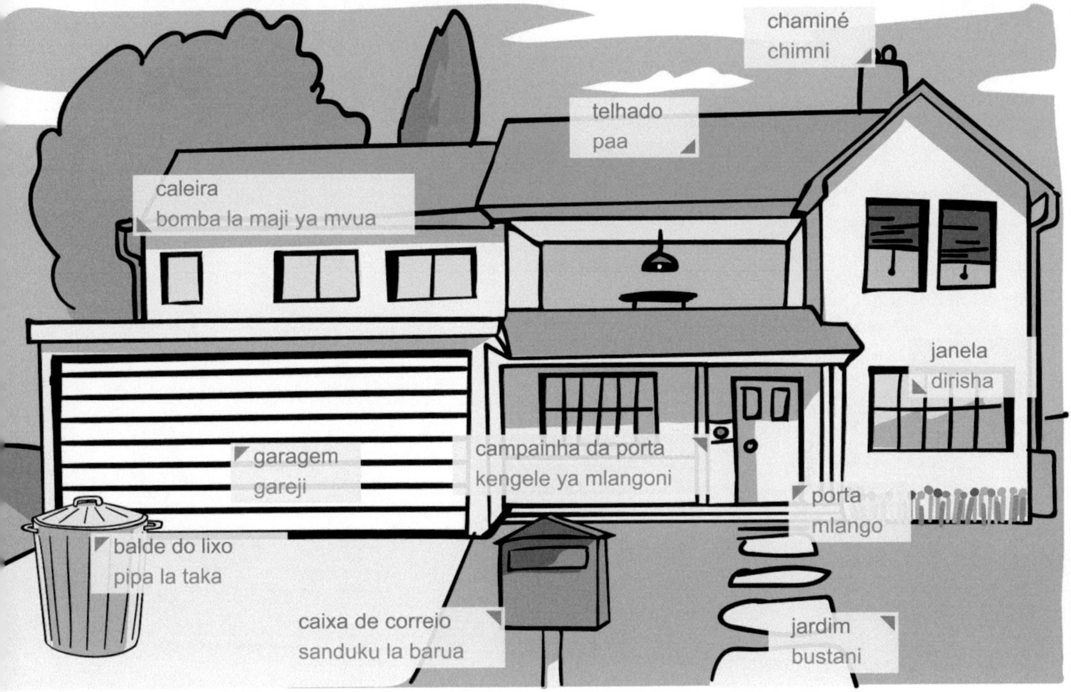

chaminé
chimni
telhado
paa
caleira
bomba la maji ya mvua
janela
dirisha
garagem
gareji
campainha da porta
kengele ya mlangoni
porta
mlango
balde do lixo
pipa la taka
caixa de correio
sanduku la barua
jardim
bustani

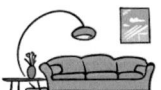

sala de estar

sebuleni

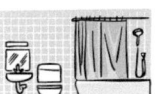

casa de banho

bafu

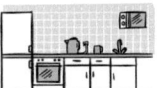

cozinha

jikoni

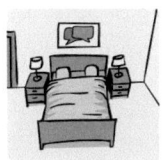

quarto de dormir

chumba cha kulala

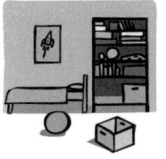

quarto de criança

chumba ya mtoto

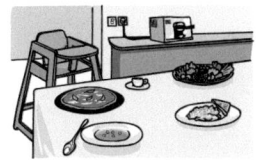

sala de jantar

chumba cha kulia

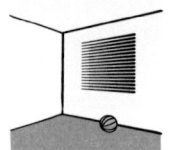

chão

sakafu

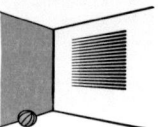

parede

ukuta

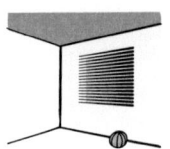

teto

dari

cave

pishi

sauna

sauna

varanda

roshani

terraço

mtaro

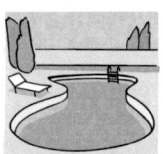

piscina

kidimbwi

máquina de cortar relvado

mashine ya kukata nyasi

lençol

karatasi

cobertor

kitambaa cha kupamba
kitanda

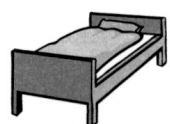

cama

kitanda

vassoura

ufagio

balde

ndoo

interruptor

kubadili

sala de estar
sebuleni

papel de parede
mandhari
imagem
picha
lâmpada
taa
prateleira
rafu
armário
kabati
lareira
mekoni
televisão
televisheni/runinga
flor
ua
almofada
mto
sofá
sofa
vaso
chombo cha maua
controlo remoto
kitenzambali

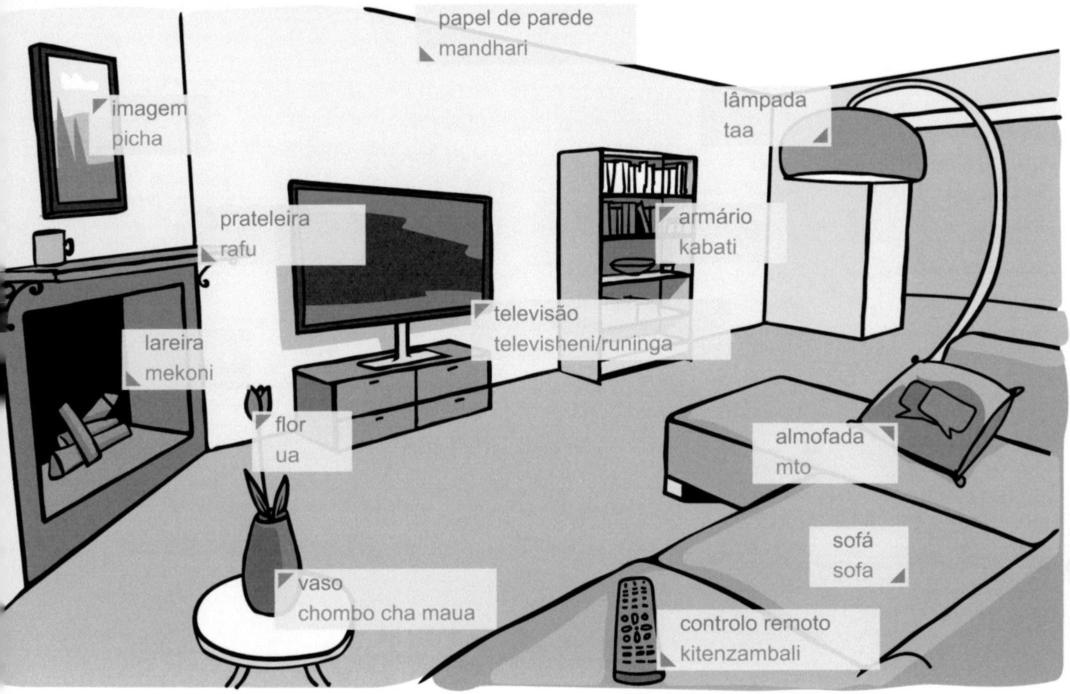

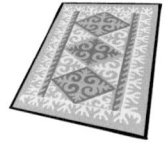

tapete
zulia

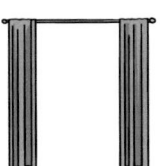

cortina
pazia

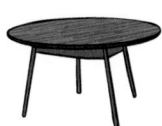

mesa
meza

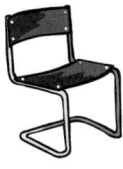

cadeira
kiti

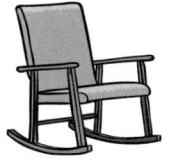

cadeira de baloiço
kiti cha bembea

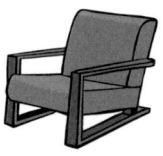

poltrona
armchair

livro

kitabu

cobertor

blanketi

decoração

mapambo

lenha

kuni

filme

filamu

sistema estéreo

kifaa cha hi-fi

chave

ufunguo

jornal

gazeti

pintura

uchoraji

póster

bango

rádio

redio

bloco de notas

daftari

aspirador

kifyonza

cato

dungusi kakati

vela

mshumaa

cozinha
jikoni

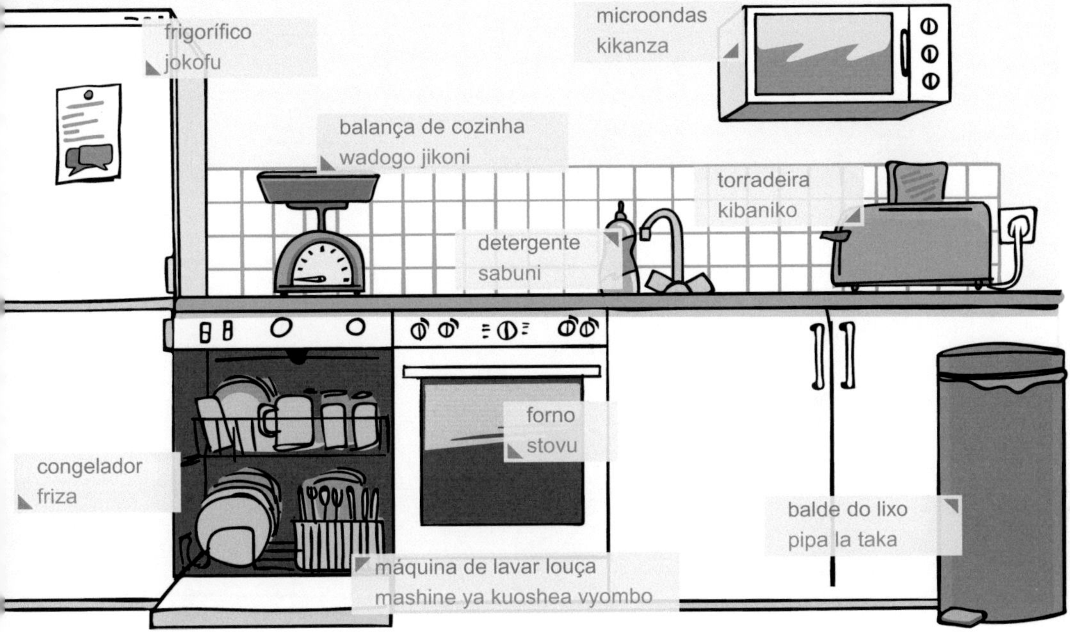
frigorífico
jokofu
microondas
kikanza
balança de cozinha
wadogo jikoni
torradeira
kibaniko
detergente
sabuni
forno
stovu
congelador
friza
balde do lixo
pipa la taka
máquina de lavar louça
mashine ya kuoshea vyombo

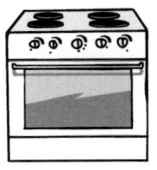

fogão

jiko la kupika

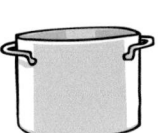

panela

chungu

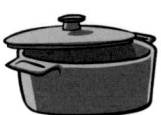

panela de ferro

sufuria ya chuma

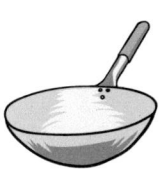

wok / kadai

wok / kadai

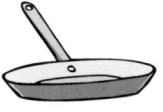

frigideira

kaango

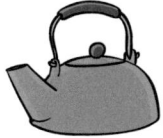

chaleira

birika

panela a vapor

stima

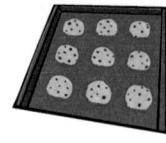

tabuleiro de forno

sinia ya kuoka

louça

vyombo vya udongo

caneca

kombe

tigela

bakuli

pauzinhos

vijiti vya kulia

concha de sopa

ukawa

espátula

mwiko mpana

batedor de claras

burashi

escorredor

kichujio

peneira

chujio

ralador

mbuzi

almofariz

chokaa

churrasqueira

barbeque

lareira

moto wazi

tábua de cortar

ubao wa majaribio

rolo da massa

kijiti cha kusukuma unga

saca-rolhas

kizibuo

lata

kopo

abridor de latas

inaweza kopo

luvas de forno

kishikio cha chungu

lava-loiça

karo

escova

brashi

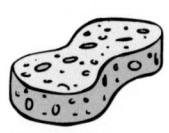

esponja

sifongo

liquidificador

kisagaji matunda

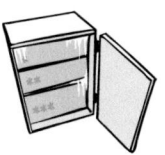

arca frigorífica

friji ya kina

biberão

chupa ya mtoto

torneira

bomba

casa de banho
bafu

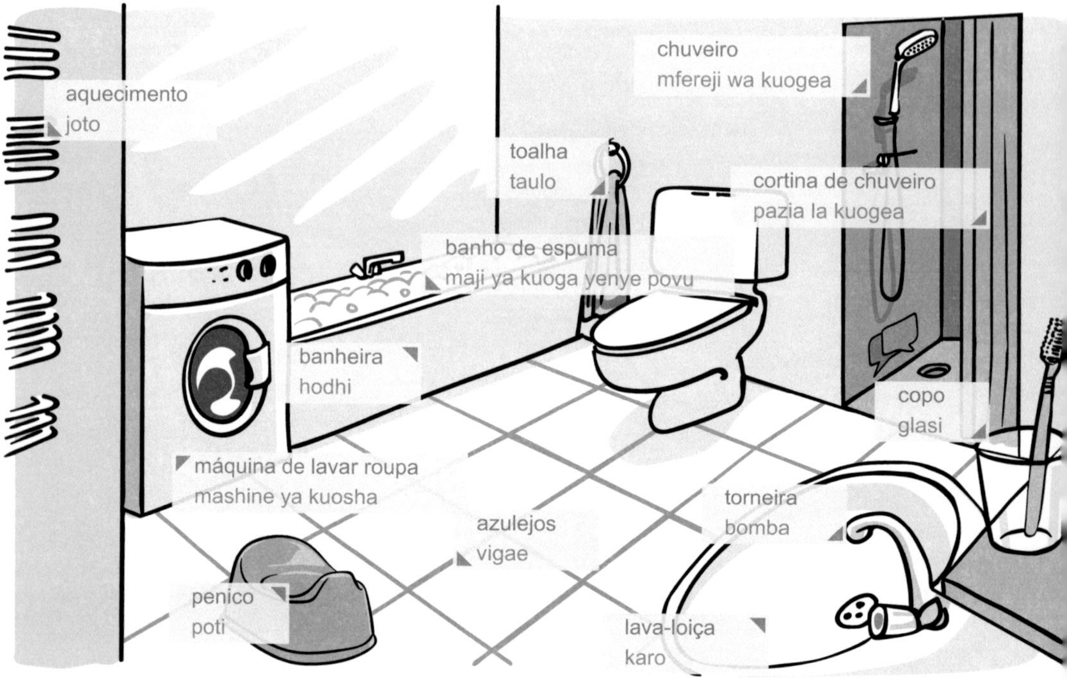
aquecimento
joto
chuveiro
mfereji wa kuogea
toalha
taulo
cortina de chuveiro
pazia la kuogea
banho de espuma
maji ya kuoga yenye povu
banheira
hodhi
copo
glasi
máquina de lavar roupa
mashine ya kuosha
torneira
bomba
azulejos
vigae
penico
poti
lava-loiça
karo

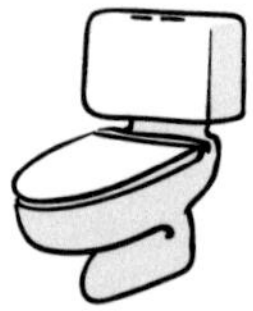

sanita

choo

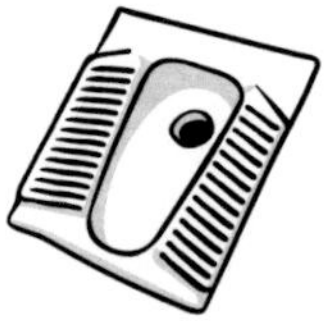

retrete turca

choo cha squat

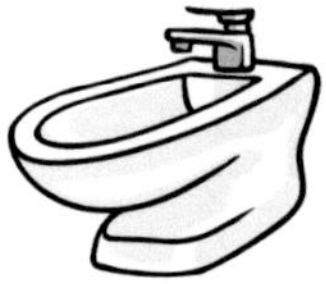

bidé

beseni la mviringo

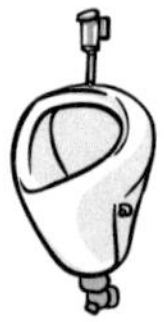

urinol

choo cha umma

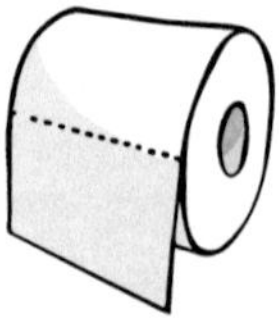

papel higiénico

shashi

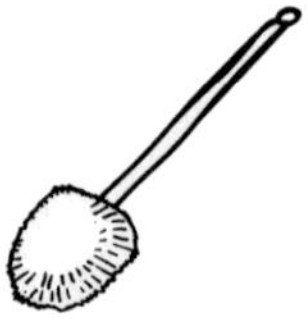

piaçaba

brashi ya choo

escova de dentes

mswaki

pasta de dentes

dawa ya meno

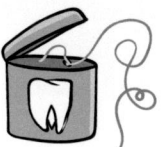

fio dentário

dawa ya meno

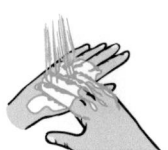

lavar

safisha

chuveiro de mão

kuoga mkono

duche íntimo

msukumo wa maji

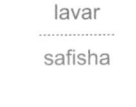

bacia

bonde

escova para as costas

mpako wa pili

sabonete

sabuni

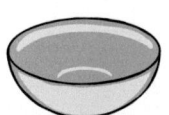

gel de banho

jeli ya kuogea

champô

shampuu

toalha de rosto

flana

escoamento

toa maji

creme

krimu

desodorizante

kiondoa harufu

espelho

kioo

espelho de mão

kioo mkono

máquina de barbear

kinyozi

creme de barbear

povu la kunyoa

loção pós-barba

baada ya kunyoa

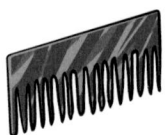

pente

kichana

escova

brashi

secador de cabelo

kikausha nywele

spray de cabelo

marashi ya nyewele

maquilhagem

vipodozi

batom

kidomwa

verniz de unhas

varnish ya msumari

algodão

pamba

tesoura para unhas

mkasi wa kucha

perfume

manukato

nécessaire

mkoba wa kuosha

tamborete

kinyesi

balança

mizani

roupão de banho

nguo ya kuoga

luvas de borracha

glavu za mpira

tampão

kisodo

penso higiénico

sodo

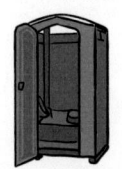

WC químico

kemikali choo

quarto de criança
chumba ya mtoto

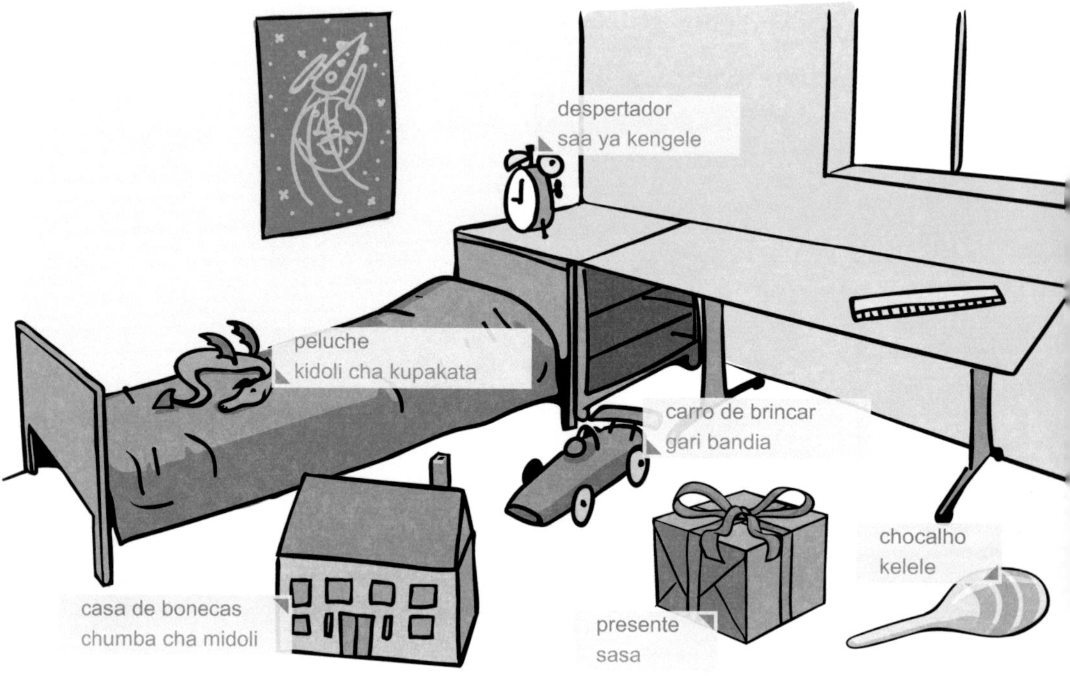
despertador
saa ya kengele
peluche
kidoli cha kupakata
carro de brincar
gari bandia
chocalho
kelele
casa de bonecas
chumba cha midoli
presente
sasa

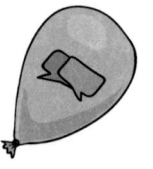

balão

baluni

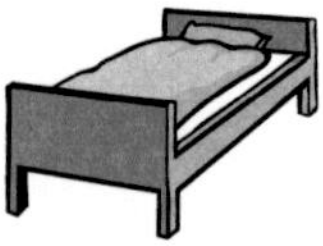

cama

kitanda

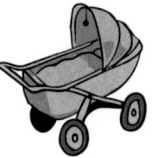

carrinho de bebé

mashua

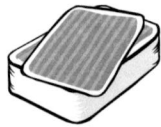

jogo de cartas

staha ya kadi

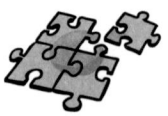

quebra-cabeças

mchezo-fumb

SUPER
MEGA

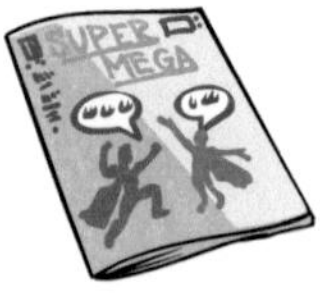

banda desenhada

vichekesho

peças de Lego

matofali lego

blocos de construção

vitalu mwigo

figura de ação

hatua takwimu

fato de bebé

suti ya kulalia

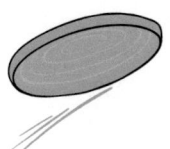

Frisbee

kisahani

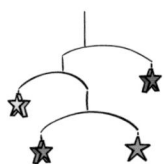

móbile para bebé

simu

jogo de tabuleiro

ubao wa michezo

dados

kete

pista de comboio elétrico

garimoshi mwigo

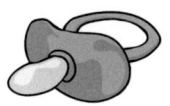

chupeta

dummy

festa

chama

livro ilustrado

picha kitabu

bola

mpira

boneca

kikaragosi

jogar

kucheza

caixa de areia

shimo la mchanga

baloiço

bembea

brinquedos

vitu bandia

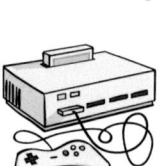

consola de jogos

kiweko cha video ya mchezo

triciclo

baiskeli ya magurudumu

ursinho de peluche

mwanasesere

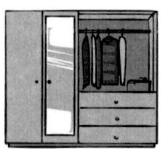

guarda-roupa

kabati

matatu

meias

soksi

meias pelo joelho

stokingi

meias-calças

kibano

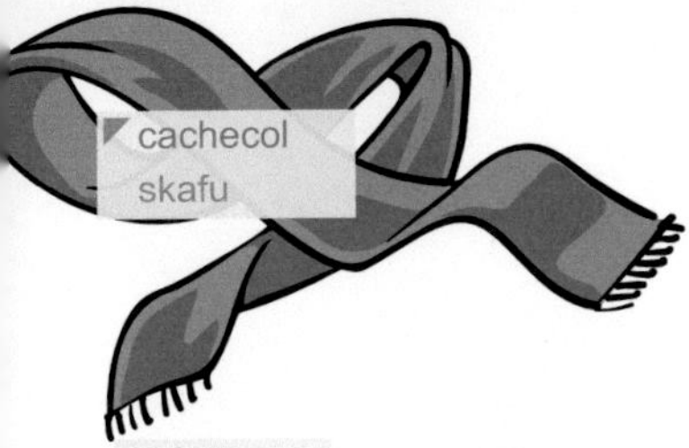

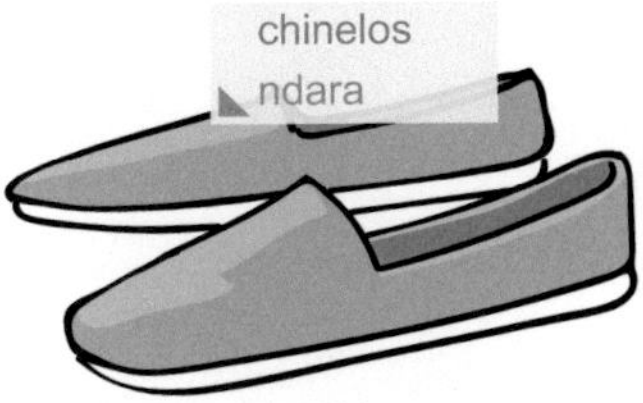

cachecol
skafu

guarda-chuva
mwavuli

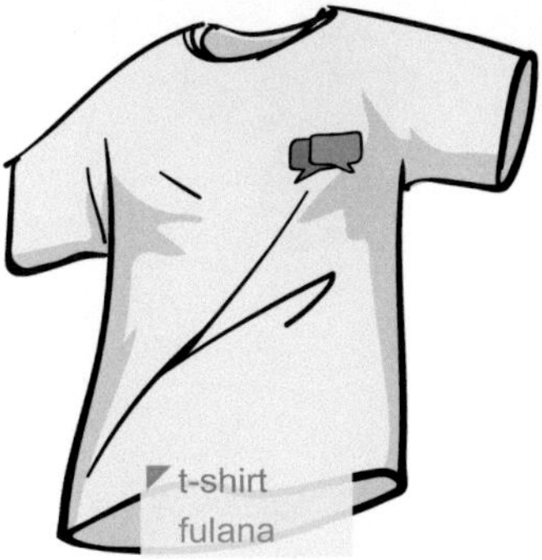

t-shirt
fulana

cinto
ukanda

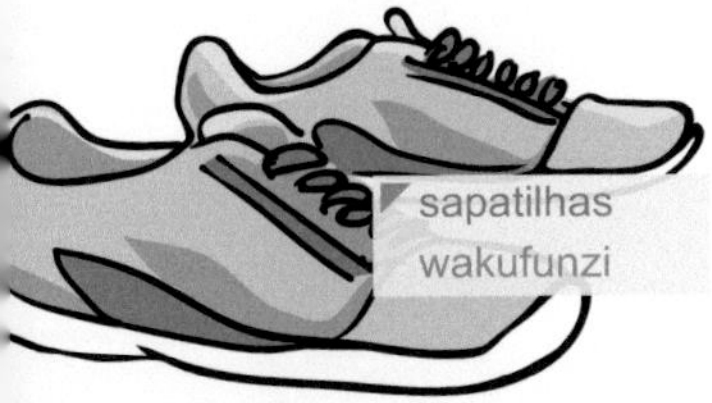

botas
viatu

chinelos
ndara

sapatilhas
wakufunzi

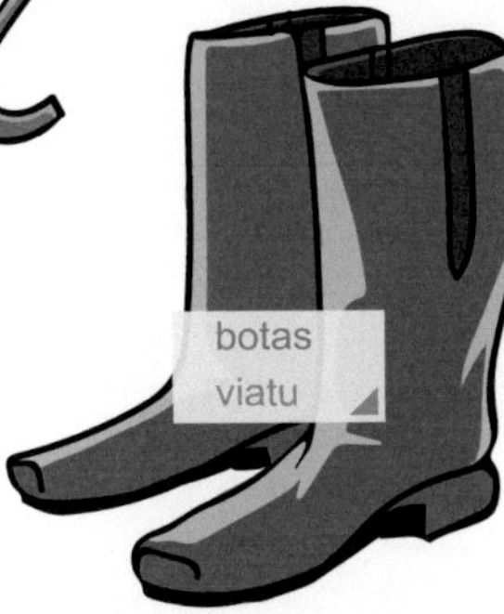

sandálias
malapa

sapatos
viatu

botas de borracha
mabuti ya mpira

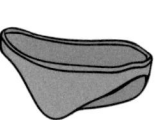

cuecas
suruali ya ndani

sutiã
sidiria

camisola interior
fulana

body

mwili

calças

suruali

calças de ganga

dangirizi

saia

sketi

blusa

blauzi

camisa

shati

pulôver

vuta

camisola com capuz

sweta

blazer

bleza

casaco

jaketi

manto

koti

gabardina

koti la mvua

traje

maleba

vestido

gauni

vestido de casamento

mavazi ya harusi

fato

suti

camisa de dormir

vazi la usiku

pijama

pajama

sari

sari

lenço de cabeça

skafu

turbante

kilemba

burca

burka

cafetã

kaftan

abaya

abaya

fato de banho

vazi la kuogelea

calções de banho

vazi la kiume la kuogelea

calções

kaptura

fato de treino

teitei

avental

aproni

luvas

glavu

botão

kifungo

óculos

glasi

pulseira

bangili

colar

mkufu

anel

pete

brinco

herini

boné

kofia

cabide

kiango cha koti

chapéu

kofia

gravata

tai

fecho de correr

zipu

capacete

kofia

suspensórios

kanda za suruali

uniforme escolar

sare za shule

uniforme

sare

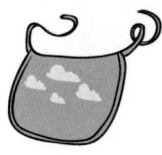

babete

bibu

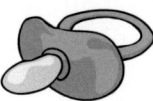

chupeta

dummy

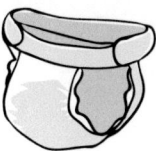

fralda

nepi

escritório

ofisi

servidor
seva
armário de arquivo
kabati la kuweka faili
impressora
kichapishaji
ecrã
kiwambo
papel
karatasi
rato
kipanya
secretária
dawati
pasta
folda
teclado
kibodi
cadeira
kiti
de lixo
u cha kuweka karatasi chafu
computador
kompyuta

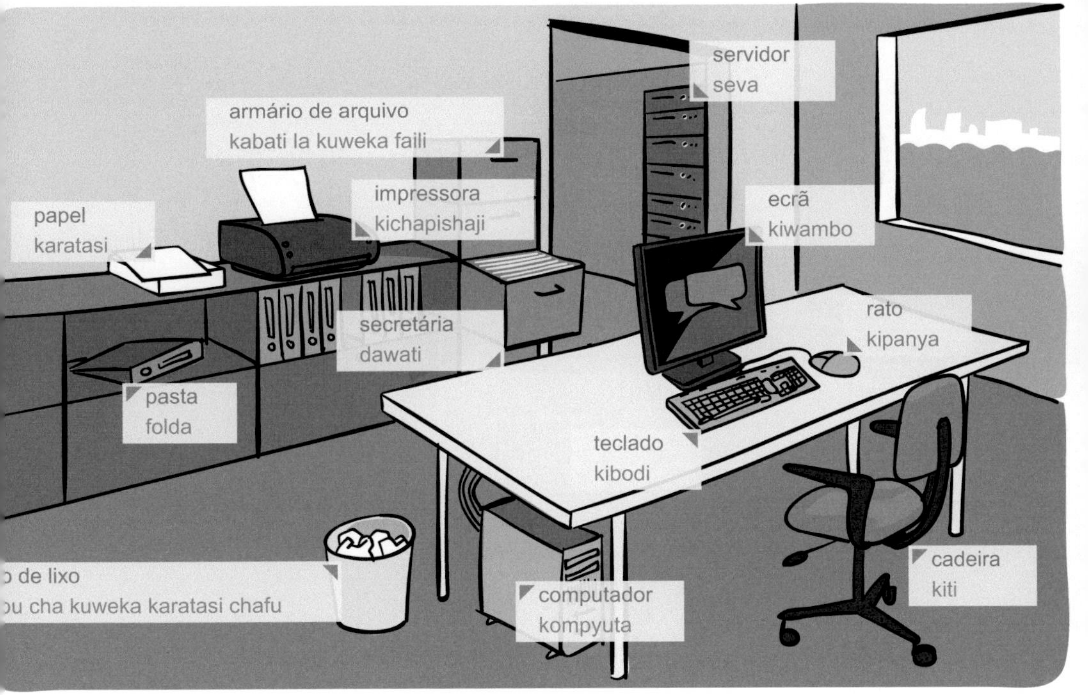

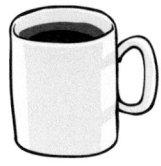

caneca de café

kmobe la kahawa

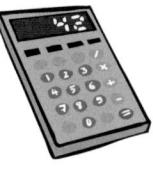

calculadora

kikokotoo

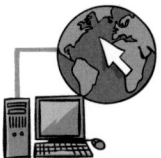

internet

biashara

computador portátil

mbali

carta

barua

mensagem

ujumbe

telemóvel

rununu

rede

intaneti

fotocopiadora

fotokopia

software

programu

telefone

simu

tomada elétrica

soketi

fax

kipepesi

formulário

fomu

documento

hati

comprar

kununua

pagar

kulipa

negociar

biashara

dinheiro

fedha

dólar

dola

euro

yuro

yen

yeni

rublo

rouble

franco suíço

faranga ya Uswisi

renminbi yuan

renminbi yuan

rupia

rupia

caixa de multibanco

eneo la kulipia

casa de câmbio

ofisi ya ubadilishanaji

ouro

dhahabu

prata

fedha

petróleo

mafuta

energia

nishati

preço

bei

contrato

mkataba

imposto

kodi

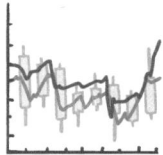

ação

bidhaa

trabalhar

kazi

empregado

mfanyakazi

entidade patronal

mwajiri

fábrica

kiwanda

loja

duka

profissões
kazi

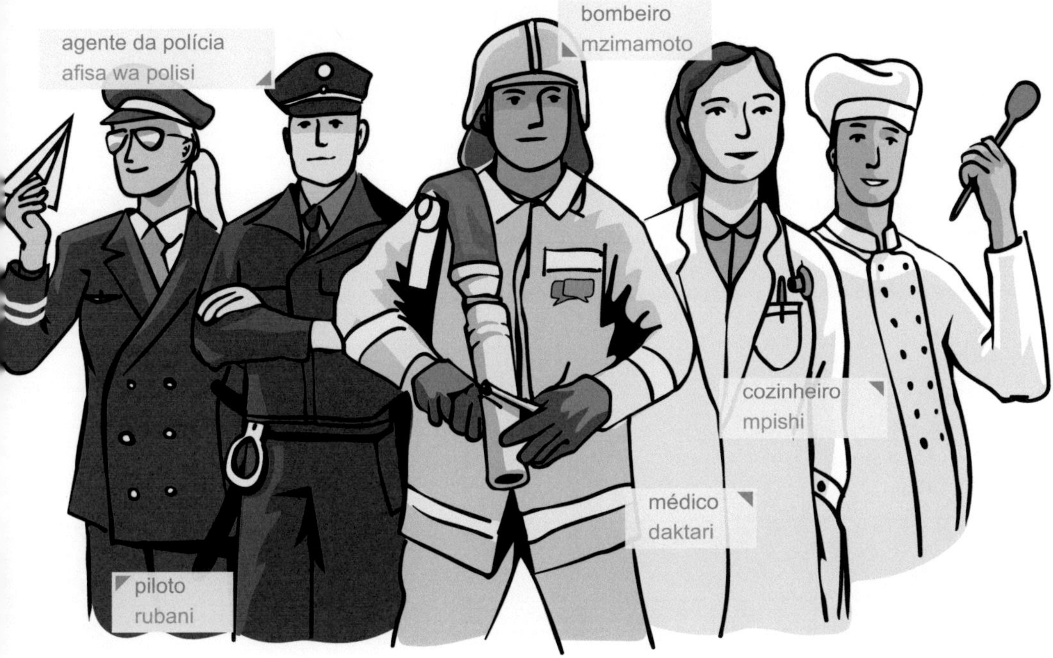
bombeiro
mzimamoto
agente da polícia
afisa wa polisi
cozinheiro
mpishi
médico
daktari
piloto
rubani

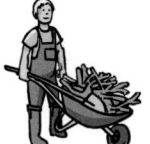

jardineiro

mtunza bustani

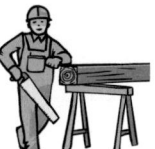

carpinteiro

seremala

costureira

mshonaji

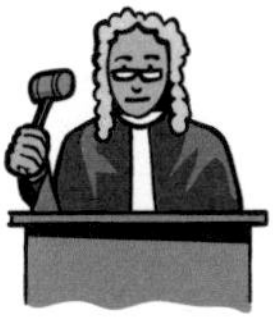

juiz

hakimu

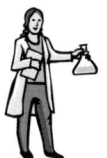

químico

mwanakemia

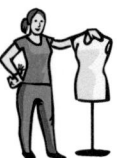

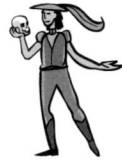

ator

muigizaji

motorista de autocarro

dereva wa basi

motorista de táxi

dereva wa teksi

pescador

mvuvi

empregada de limpeza

mwanamke wa kusafisha

telhador

mwezekaji

empregado de mesa

mhudumu

caçador

mwindaji

pintor

mchoraji

padeiro

mwokaji

eletricista

umeme

construtor

mjenzi

engenheiro

mhandisi

talhante

mchinjaji

canalizador

fundi bomba

carteiro

mwanaposta

soldado

mwanajeshi

arquiteto

msanifu majengo

caixa

keshia

florista

muuza maua

cabeleireiro

msusi

controlador de bilhetes

kondakta

mecânico

mekanika

capitão

nahodha

dentista

daktari wa meno

cientista

mwanasayansi

rabino

rabbi

imã

imamu

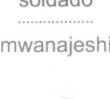

monge

mtawa

pastor

kasisi

ferramentas
zana

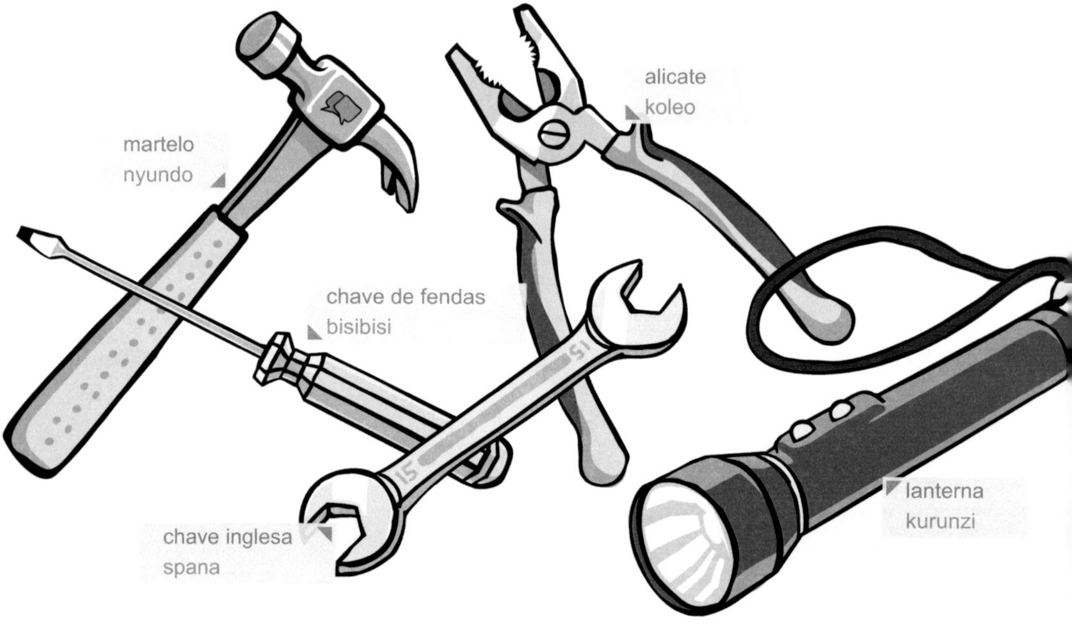
martelo
nyundo
alicate
koleo
chave de fendas
bisibisi
chave inglesa
spana
lanterna
kurunzi

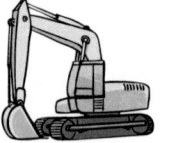

escavadora

mchimbaji

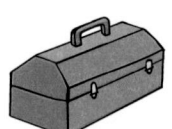

caixa de ferramentas

sanduku la vifaa

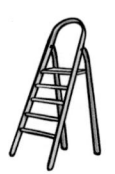

escadote

ngazi

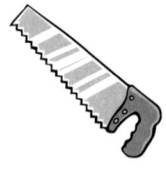

serra

msumeno

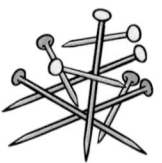

pregos

misumari

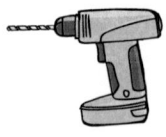

broca

kuchimba visima

reparar

kukarabati

pá

sepetu

porcaria!

Lo!

pá de lixo

kishikio cha uchafu

pote de tinta

chungu cha rangi

parafusos

skurubu

instrumentos musicais
ala za muziki

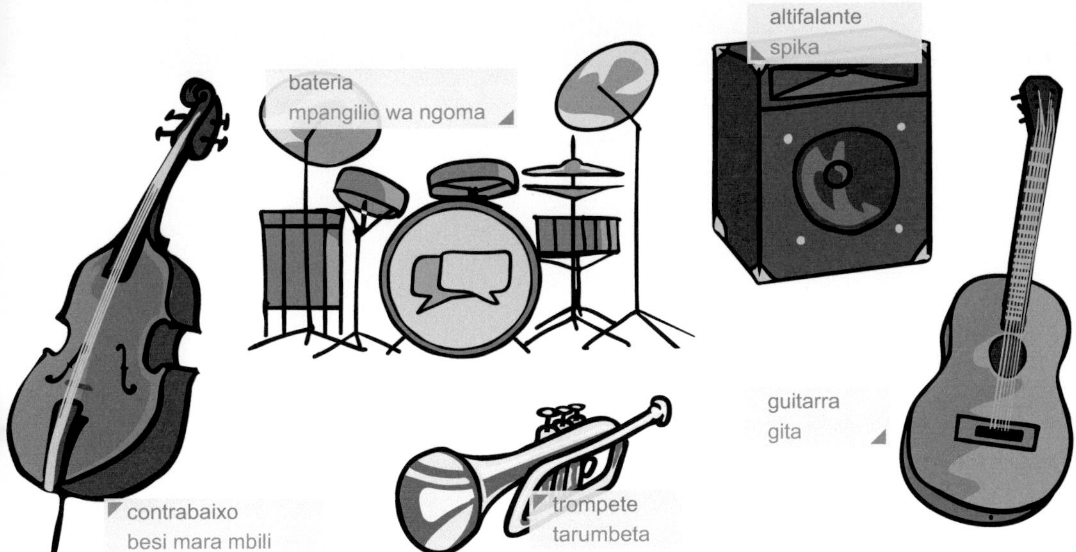

bateria
mpangilio wa ngoma

altifalante
spika

guitarra
gita

contrabaixo
besi mara mbili

trompete
tarumbeta

piano

piano

violino

fidla

baixo

ubeji

timbales

timpani

tambor

ngoma

teclado

kibodi

saxofone

saksafoni

flauta

filimbi

microfone

maikrofoni

jardim zoológico
bustani ya wanyama

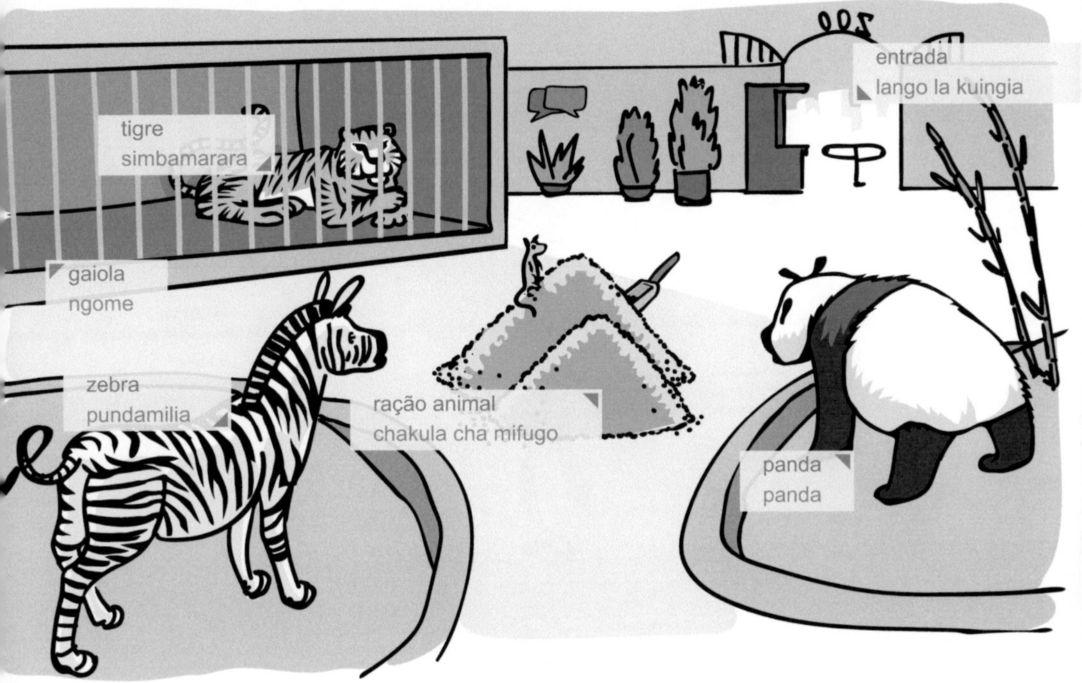

entrada
lango la kuingia
tigre
simbamarara
gaiola
ngome
zebra
pundamilia
ração animal
chakula cha mifugo
panda
panda

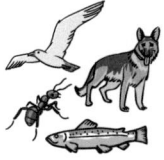

animais

wanyama

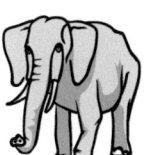

elefante

tembo

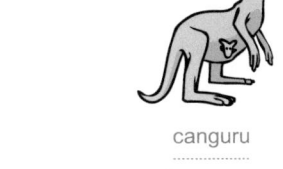

canguru

kangaruu

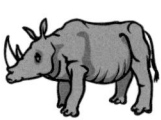

rinoceronte

kifaru

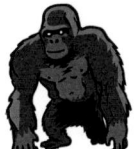

gorila

sokwe

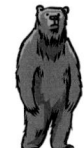

urso

dubu

camelo

ngamia

avestruz

mbuni

leão

simba

macaco

tumbili

flamingo

heroe

papagaio

kasuku

urso polar

dubu

pinguim

penguini

tubarão

papa

pavão

tausi

cobra

nyoka

crocodilo

mamba

guarda do jardim zoológico

mtunza wanyama

foca

muhuri

jaguar

jaguar

pónei

mwanafarasi

leopardo

chui

hipopótamo

kiboko

girafa

twiga

águia

tai

javali

nguruwe mwitu

peixe

samaki

tartaruga

kobe

morsa

sili

raposa

mbweha

gazela

paa

futebol americano
soka ya marekani

ciclismo
uendeshaji baiskeli

ténis
tenisi

basquetebol
mpira wa kikapu

natação
kuogelea

boxe
ndondi

hóquei no gelo
magongo ya barafuni

futebol
soka

badminton
vinyoya

atletismo
riadha

andebol
mpira wa mikono

esqui
skii

polo
polo

atividades
shughuli

rir
cheka
saltar
kuruka
abraçar
kumbatia
andar
kutembea
cantar
kuimba
sonhar
ota ndoto
rezar
kuomba
beijar
busu

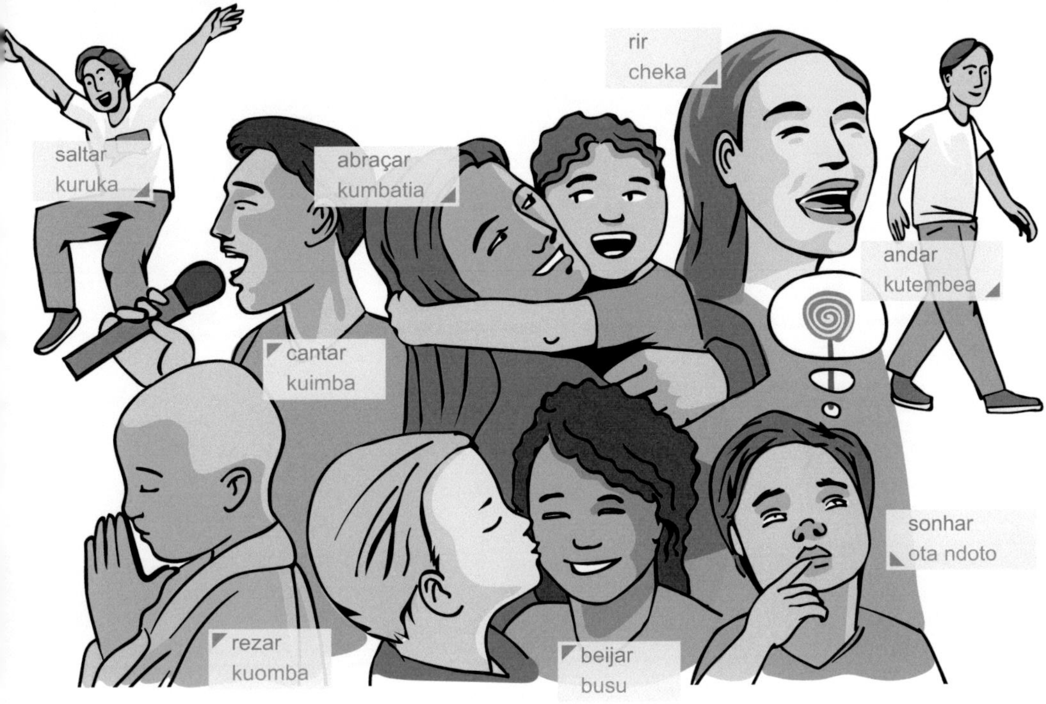

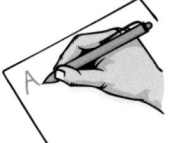

escrever
kuandika

desenhar
kuteka

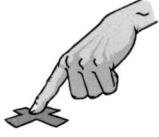

mostrar
angalia

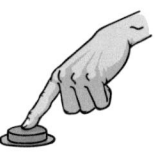

empurrar
sukuma

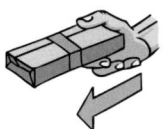

dar
kutoa

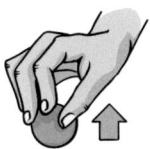

tomar
kuchukua

ter

kuwa

fazer

fanya

ser

kuwa

ficar de pé

kusimama

correr

kukimbia

puxar

vuta

remessar

kutupa

cair

kuanguka

deitar

hadaa

esperar

kusubiri

carregar

kubeba

sentar

kukaa

vestir

vaa nguo

dormir

usingizi

acordar

kuamka

olhar para

kuangalia

chorar

lia

acariciar

kiharusi

pentear

chana nywele

falar

ongea

compreender

kuelewa

perguntar

kuuliza

ouvir

kusikiliza

beber

kunywa

comer

kula

arrumar

nadhifisha

amar

upendo

cozinhar

mpishi

conduzir

gari

voar

kuruka

velejar

meli

calcular

kokotoa

ler

kusoma

aprender

kujifunza

trabalhar

kazi

casar

kuoa

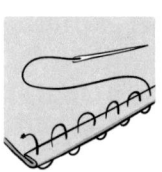

costurar

kushona

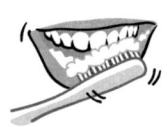

escovar os dentes

piga mswaki

matar

kuua

fumar

moshi

enviar

kutuma

família
familia

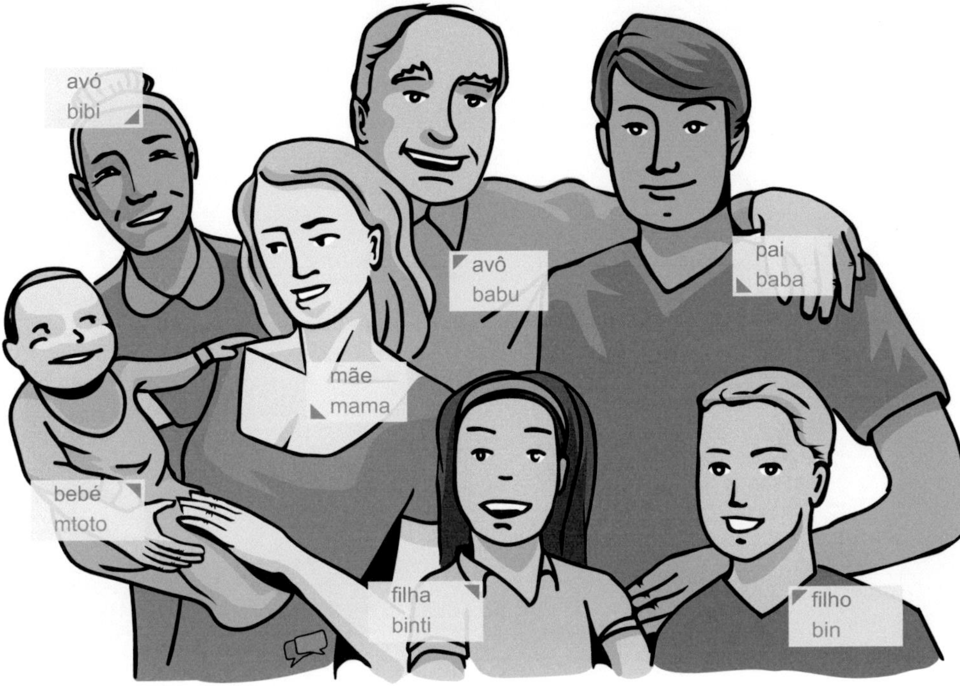
avó
bibi
avô
babu
pai
baba
mãe
mama
bebé
mtoto
filha
binti
filho
bin

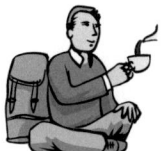

convidado
mgeni

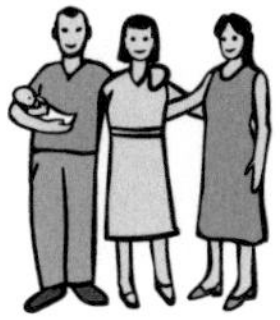
tia
shangazi

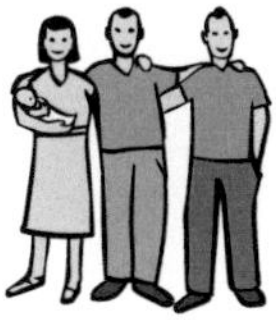
tio
mjomba

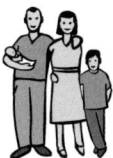

irmão
kaka

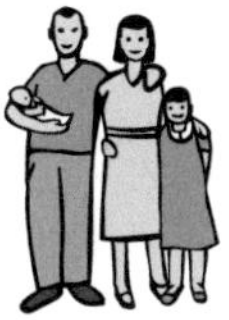
irmã
dada

corpo
mwili

testa
paji la uso
olho
jicho
ombro
bega
dedo
kidole
cara
uso
queixo
kidevu
mão
mkono
perna
mguu
peito
matiti
braço
mkono

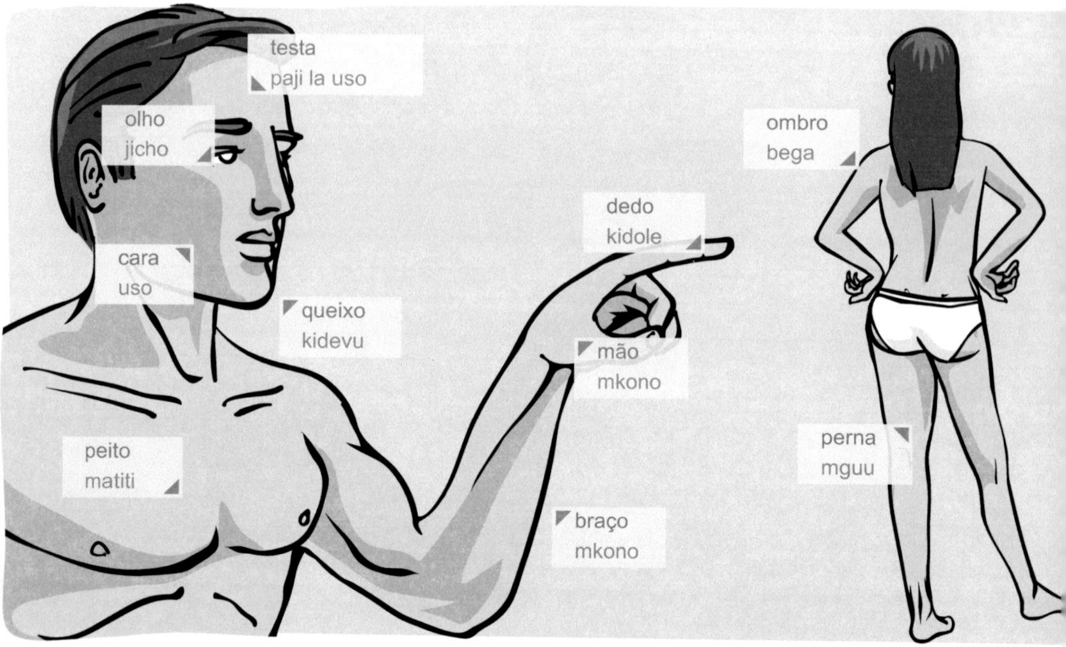

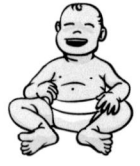

bebé

mtoto

homem

mwanamume

mulher

mwanamke

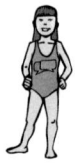

menina

msichana

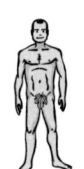

menino

mvulana

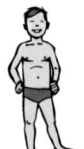

cabeça

kichwa

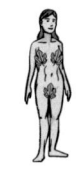

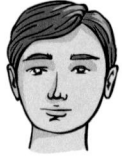

costas

nyuma

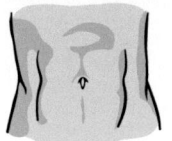

barriga

tumbo

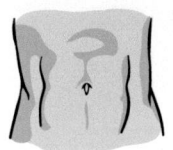

umbigo

kitovu

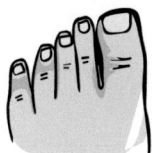

dedo do pé

chano

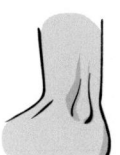

calcanhar

kisigino

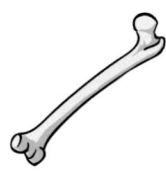

osso

mfupa

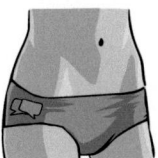

anca

nyonga

joelho

goti

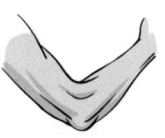

cotovelo

kiwiko

nariz

pua

nádegas

chini

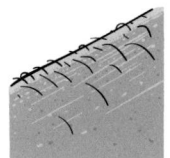

pele

ngozi

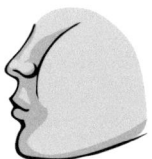

bochecha

shavu

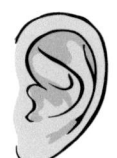

orelha

sikio

lábio

mdomo

boca

kinywa

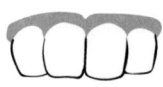

dente

jino

língua

ulimi

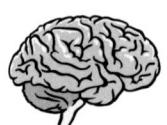

cérebro

ubongo

coração

moyo

músculo

misuli

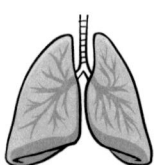

pulmão

pafu

fígado

ini

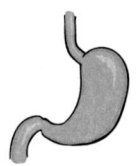

estômago

tumbo

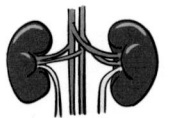

rins

figo

relações sexuais

jinsia

preservativo

kondomu

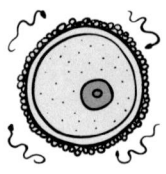

óvulo

ovari

esperma

shahawa

gravidez

mimba

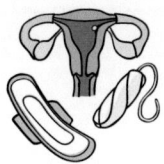

menstruação

hedhi

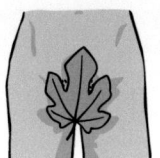

vagina

uke

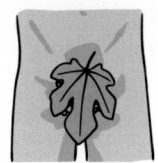

pénis

uume

sobrancelha

unyusi

cabelo

nywele

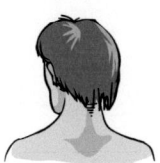

pescoço

shingo

hospital
hospitali

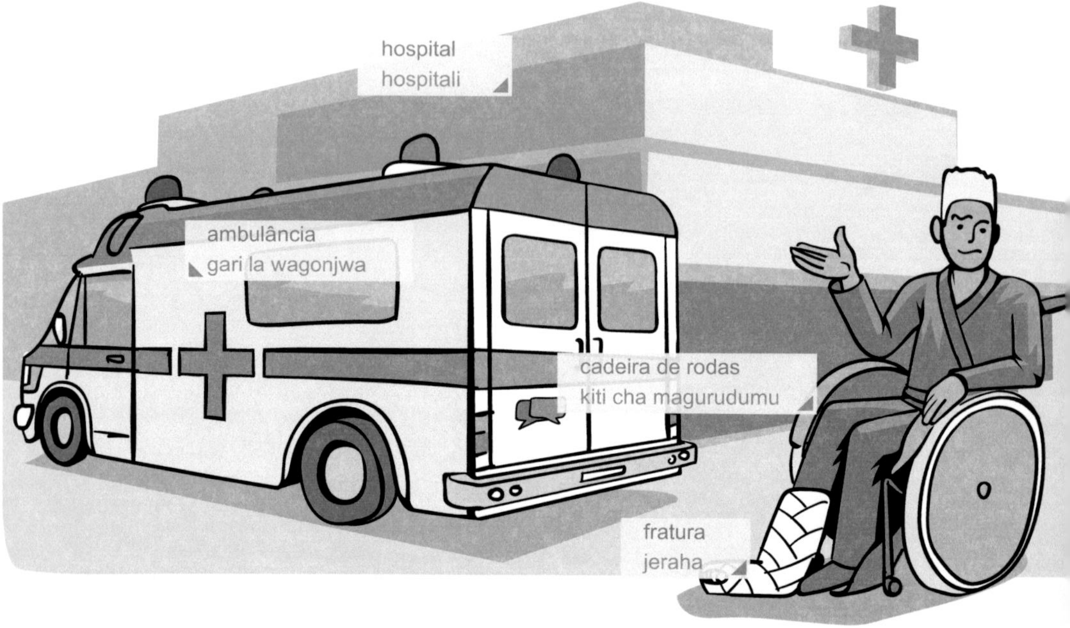

hospital
hospitali
ambulância
gari la wagonjwa
cadeira de rodas
kiti cha magurudumu
fratura
jeraha

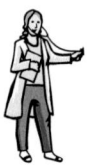

médico

daktari

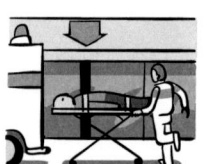

serviço de urgências

chumba cha dharura

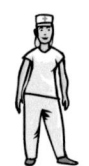

enfermeira

muuguzi

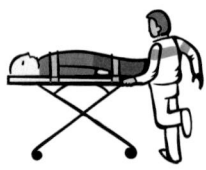

emergência

dharura

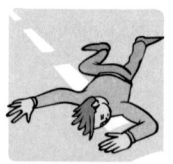

inconsciente

kupoteza fahamu

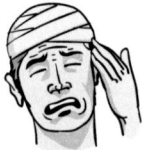

dor

maumivu

ferimento

kuumia

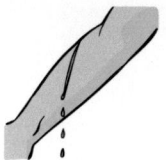

hemorragia

kutokwa na damu

ataque cardíaco

mshtuko wa moyo

acidente vascular cerebral

kiharusi

alergia

mzio

tosse

kikohozi

febre

homa

gripe

mafua

diarreia

kuharisha

dor de cabeça

maumivu ya kichwa

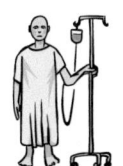

cancro

kansa

diabetes

ugonjwa wa kisukari

cirurgião

daktari mpasuaji

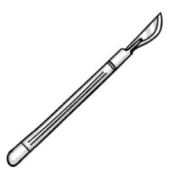

bisturi

kisu kidogo cha kupasulia

operação

operesheni

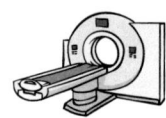

CT

picha changanufu ya mwili

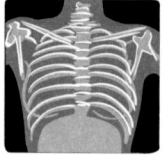

raio x

Eksrei

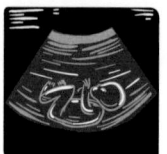

ultrassom

mawimbi sauti

máscara

barakoa ya uso

doença

ugonjwa

sala de espera

chumba cha kusubiri

muleta

mkongojo

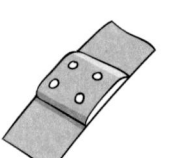

penso rápido

plasta

ligadura

bendeji

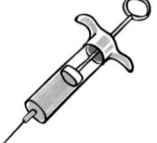

injeção

sindano

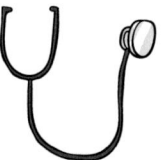

estetoscópio

stetoskopu

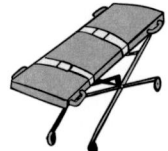

maca

machela

termómetro

kipimajoto cha kliniki

nascimento

kuzaliwa

excesso de peso

unene kupita kiasi

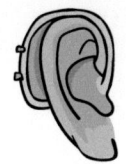

aparelho auditivo

kusikia misaada

desinfetante

kipukusi

infeção

maambukizi

vírus

virusi

HIV / SIDA

VVU / UKIMWI

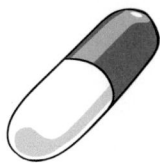

medicamento

dawa

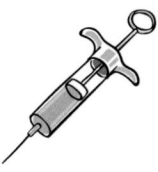

vacinação

chanjo

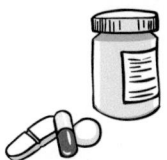

comprimidos

vidonge

pílula

kidonge

chamada de emergência

simu ya dharura

dispositivo de medição de
pressão arterial

haemodainamometa

doente / saudável

mgonjwa / mwenye afya

Socorro!

Msaada!

alarme

kengele

assalto

pigo

ataque

shambulizi

perigo

hatari

saída de emergência

lango la dharura

Fogo!

Moto!

extintor de incêndios

kizima moto

acidente

ajali

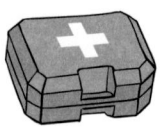

estojo de primeiros socorros

vifaa vya huduma ya kwanza

SOS

wito wa msaada

polícia

polisi

Europa

Ulaya

América do Norte

Amerika ya Kaskazini

América do Sul

Amerika ya Kusini

África

Afrika

Ásia

Asia

Austrália

Australia

Atlântico

Atlantiki

Pacífico

Pasifiki

Oceano Índico

Bahari ya Hindi

Oceano Antártico

Bahari ya Antaktiki

Oceano Ártico

Bahari ya Aktiki

Polo Norte

Ncha ya Kaskazini

Polo Sul

Ncha ya Kusini

Antártica

Antaktika

terra

dunia

país

nchi

mar

bahari

ilha

kisiwa

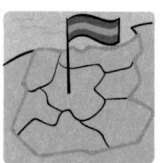

nação

taifa

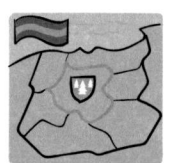

estado

jimbo

mostrador do relógio

uso wa saa

ponteiro das horas

akrabu ya saa

ponteiro dos minutos

akrabu ya dakika

ponteiro dos segundos

akrabu ya sekunde

Que horas são?

Ni saa ngapi?

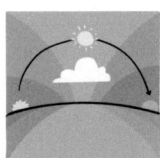

dia

siku

tempo

wakati

agora

sasa

relógio digital

saa ya dijitali

minuto

dakika

hora

saa

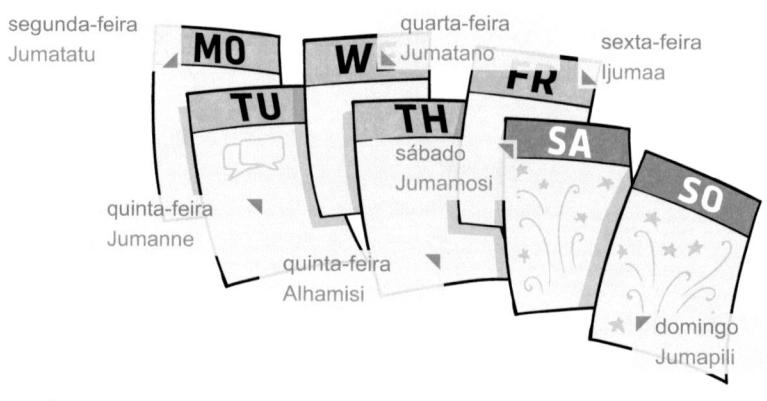

segunda-feira
Jumatatu

quarta-feira
Jumatano

sexta-feira
Ijumaa

sábado
Jumamosi

quinta-feira
Jumanne

quinta-feira
Alhamisi

domingo
Jumapili

ontem

jana

hoje

leo

amanhã

kesho

manhã

asubuhi

meio-dia

saa sita mchana

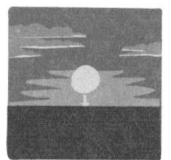

entardecer

jioni

MO	TU	WE	TH	FR	SA	SU
1	2	3	4	5	6	7
8	9	10	11	12	13	14
15	16	17	18	19	20	21
22	23	24	25	26	27	28
29	30	31	1	2	3	4

dias úteis

siku za biashara

MO	TU	WE	TH	FR	SA	SU
1	2	3	4	5	6	7
8	9	10	11	12	13	14
15	16	17	18	19	20	21
22	23	24	25	26	27	28
29	30	31	1	2	3	4

fim de semana

mwishoni mwa wiki

chuva
mvua

arco-íris
upinde wa mvua

neve
theluji

vento
upepo

primavera
majira ya machipuko

outono
vuli

verão
kiangazi

inverno
majira ya baridi

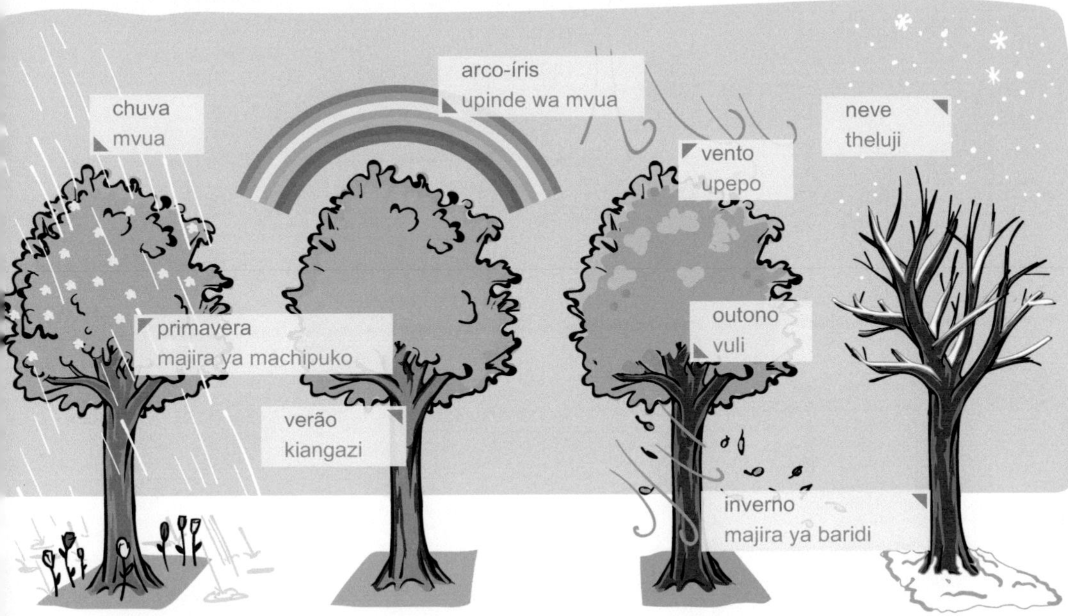

previsão do tempo
utabiri wa hali ya hewa

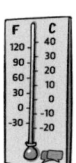

termómetro
kipimajoto

raios de sol
mwanga wa jua

nuvem
wingu

neblina / nevoeiro
ukungu

humidade do ar
unyevu

relâmpago

umeme

trovão

radi

tempestade

dhoruba

granizo

mvua ya mawe

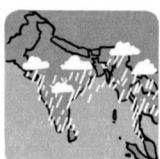

monção

monsuni

inundação

mafuriko

gelo

barafu

janeiro

Januari

fevereiro

Februari

março

Machi

abril

Aprili

maio

Mei

junho

Juni

julho

Julai

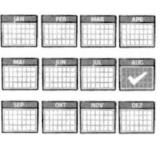

agosto

Agosti

ano - mwaka

setembro
Septemba

outubro
Oktoba

novembro
Novemba

dezembro
Desemba

formas

maumbo

círculo
mduara

quadrado
mraba

retângulo
mstatili

triângulo
pembetatu

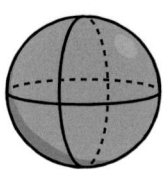

esfera
nyanja

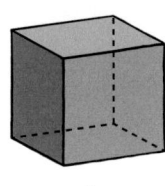

cubo
mchemraba

branco

nyeupe

amarelo

manjano

laranja

chungwa

rosa

rangi ya waridi

vermelho

nyekundu

lilás

hudhurungi

azul

bluu

verde

kijani

castanho

hanja

cinzento

jivujivu

preto

nyeusi

muito / pouco

mengi / kidogo

furioso / calmo

hasira / pole

lindo / feio

nzuri / mbaya

princípio / fim

mwanzo / mwisho

grande / pequeno

kubwa / ndogo

claro / escuro

angavu / giza

irmão / irmã

kaka / dada

limpo / sujo

safi / chafu

completo / incompleto

kamilika / tokamilika

dia / noite

siku / usiku

morto / vivo

wafu / hai

largo / estreito

pana / nyembamba

comestível / não comestível

kulika / kutolika

mau / gentil

ovu / ema

entusiasmado / entediado

sisimkwa / udhika

gordo / magro

nene / nyembamba

primeiro / último

kwanza / mwisho

amigo / inimigo

rafiki / adui

cheio / vazio

jaa / tupu

duro / macio

ngumu / laini

pesado / leve

nzito / nyepesi

fome / sede

njaa / kiu

doente / saudável

mgonjwa / mwenye afya

ilegal / legal

haramu / kisheria

inteligente / burro

akili / kijinga

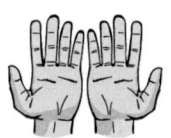

esquerda / direita

kushoto / kulia

perto / longe

karibu / mbali

novo / usado

mpya / kutumika

nada / algo

kitu / jambo

velho / jovem

zee / changa

ligado / desligado

waka / zima

aberto / fechado

wazi / fungwa

baixo / alto

utulivu / kelele

rico / pobre

tajiri / masikini

certo / errado

sahihi / kosa

áspero / liso

mbaya / laini

triste / feliz

huzunika / furahia

curto / longo

fupi /ndefu

lento / rápido

polepole / haraka

molhado / seco

nyevu / kavu

ameno / fresco

joto / baridi

guerra / paz

vita / amani

0

zero

sufuri

1

um

moja

2

dois

mbili

3

três

tatu

4

quatro

nne

5

cinco

tano

6

seis

sita

7

sete

saba

8

oito

nane

9

nove

tisa

10

dez

kumi

11

onze

kumi na moja

12

doze

kumi na mbili

13

treze

kumi na tatu

14

catorze

kumi na nne

15

quinze

kumi na tano

16

dezasseis

kumi na sita

17

dezassete

kumi na saba

18

dezoito

kumi na nane

19

dezanove

kumi na tisa

20

vinte

ishirini

100

cem

mia

1.000

mil

elfu

1.000.000

milhão

milioni

inglês

Kiingereza

inglês americano

Kiingereza cha Marekani

chinês mandarim

Kimandarini cha Uchina

hindi

Kihindi

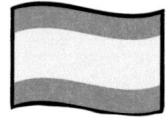

espanhol

Kihispania

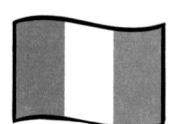

francês

Kifaransa

árabe

Kiarabu

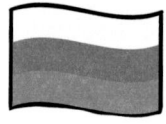

russo

Kirusi

português

Kireno

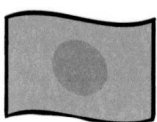

bengalês

Kibengali

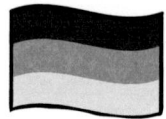

alemão

Kijerumani

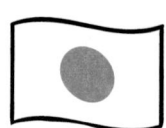

japonês

Kijapani

eu

mimi

tu

wewe

ele / ela

yeye / yeye / ni

nós

sisi

vós

wewe

eles / elas

wao

quem?

nani?

o quê?

nini?

como?

jinsi gani?

onde?

wapi?

quando?

lini?

nome

jina

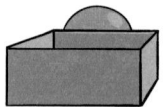

atrás

nyuma

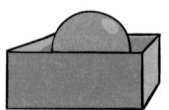

em

katika

à frente de

mbele ya

sobre

juu ya

em cima

kwenye

debaixo

chini ya

ao lado

kando

entre

kati

lugar

mahali